Kaleidoscope

A Book by

Let's Write Tvm (LWT)

BlueRose ONE.com
Stories Matter
NewDelhi • London

BLUEROSE PUBLISHERS
India | U.K.

Copyright © Let's Write Tvm 2025

All rights reserved by author. No part of this publication may be reproduced, stored in a retrieval system or transmitted in any form or by any means, electronic, mechanical, photocopying, recording or otherwise, without the prior permission of the author. Although every precaution has been taken to verify the accuracy of the information contained herein, the publisher assumes no responsibility for any errors or omissions. No liability is assumed for damages that may result from the use of information contained within.

BlueRose Publishers takes no responsibility for any damages, losses, or liabilities that may arise from the use or misuse of the information, products, or services provided in this publication.

BlueRose ONE
Stories Matter
NewDelhi • London

For permissions requests or inquiries regarding this publication, please contact:

BLUEROSE PUBLISHERS
www.BlueRoseONE.com
info@bluerosepublishers.com
+91 8882 898 898
+4407342408967

ISBN: 978-93-7018-817-4

Cover Design: Aman Sharma
Typesetting: Pooja Sharma

First Edition: May 2025

From the Founder's Desk

Narayan Menon K,
Founder of Let's Write Trivandrum

Dear Reader,

It is with immense joy that I write this foreword to present the first collection of stories and poems called Kaleidoscope from Trivandrum's premiere writing club - Let's Write Tvm (LWT).

LWT is a community that fosters camaraderie among those with a love for the written word. It provides a non-judgemental and welcoming space to explore writing without any constraints as to language, struct, form or topic. The tribe includes people from 15 yrs to 75 yrs in age and from various walks of life. There are published writers, those just starting to foray in to the world of words and everyone in-between.

Here, we have a selection of enthralling stories and poems in English and Malayalam compiled to form an anthology which is sure to be an engrossing read. Do consider that these are not from a group of professional authors but those who genuinely aspire to become good writers and have made a bold attempt in their journey towards the same. Look forward to your encouragement and support for the book and LWT.

LWT will look to come out with more such anthologies whereby our members shall get an exposure to the nuances of writing to publish and finally getting published.

A special mention to our in-house editor Niranjana Devi, who has been instrumental in editing and compiling this anthology.

Last but not the least, thank you to all LWT members, well wishers and supporters for always believing in the vision and mission that LWT stands for and works on.

Enjoy the read and let me know what you think !

KOWDIAR PALACE

MESSAGE

This compendium of bilingual literary works in prose and poetry can be considered as a remarkable contribution of the writers loving, watching and embracing movements in literature which create images on emerging nature and the world. Contributors are from "varied life "backgrounds pursuing diverse hobbies .Their reactions on the changes or incidents experienced or captured from real life around ,are expressed in words with interpretations articulated from their own view points. Once this expression finds a way to reach out to the readers it is definitely going to be an automatic retrieval of their past and relief from the monotony in the present life style of the readers

Abundant scope is there to find both writers and readers who are the two sides of a coin and the contributors will be able to keep alive the interest of the readers of literature. Modern life style for those who feel a sense of isolation finds partial relief in such collections.

My best wishes on this ambitious effort.

PRINCESS LAKSHMI BAYI
(Aswathy Thirunal Gouri Lakshmi Bayi)

Contents

PROSE **1**

Perfect Imperfections: Sreekkuttan........ 2

Beyond the Veil of Memories...: Arya 13

After Dawn: Manik........ 16

Saree, Onam, and Love: Dr Mahesh Kumar J 44

The Divine and The Damned: Narayan Menon........ 48

Legacy: Rohit Vikram 93

The Toss: Kunjunny 100

POETRY........ **105**

Travel Tales: Dr Geetha S Nair........ 106

Dinner Dance with the Devil: Dr Geetha S Nair........ 110

The Smell of Childhood: Shruthi 113

Mercy on New Year's Eve: Shruthi 116

She Writes: Arwa Aliasgar 118

Good Daughter: Arwa Aliasgar........ 120

Immortal Wound: Bala 123

Cards, Devil and the Wizard: Bala 127

Ode to a Healer: A Warfront Hero: Niranjana Devi 131

Castle of Cards: Niranjana Devi 133

Desert Vibes: Shalini Manoj 136

Toiling Away: Shalini Manoj........ 138

7

മലയാളം 140

കഥ-നാട്ടിലേക്കുള്ള യാത്ര: *ദേവിക മേനോൻ*..........141

കഥ-സായന്തനത്തിൽ വിടർന്ന താമര: *ഷാനി ഫാസിൽ* 151

കവിത-നിന്റെ ഹൃദയത്തിലേയ്ക്കുള്ള വഴി: *സേതു*..........157

കവിത-അക്ഷരത്തിന്റെ വേരുകൾ...: *സേതു*..............160

കഥ-സോളോ: *സന്ധ്യ ശ്യാമ*......................................162

കഥ-ചില തീരുമാനങ്ങൾ: *രാജി*.................................174

കവിത-ക്രുസന്റോ: *നമിത സുമിത്രൻ*........................186

കവിത-സുഖം: *നമിത സുമിത്രൻ*..............................187

കഥ-ആത്മാവില്ലാത്ത പെട്ടി.: *ഹർഷി ഹണതെ*.........188

LWT Kaleidoscope Authors 216

PROSE

Perfect Imperfections

Sreekkuttan

"Here you go..." Rakesh returned the key to Ameya. His sleek silver sedan had been at the auto service centre for the past two days after an unfortunate incident where a reckless young man on a motorcycle had careened right into the side of it. He was lucky to have a spouse who didn't mind taking the office cab for a few days so that her husband could use her car instead.

It had been six wonderful years since Rakesh and Ameya's jovial wedding celebration, the culmination of a blossoming romance, that took root nine years ago when they first met as starry-eyed students at university. With every year that passed, their interwoven lives grew more unbreakable, strengthened by the storms of love and contentment they weathered as one.

"Thanks, dear... I hope you fuelled her up," Ameya quipped, a mischievous smile playing on her lips. "If she runs out of gas, you'll have to push her while I sit back and enjoy the view!"

Rakesh chuckled, envisioning the comical sight of himself straining to push the heavy car down the heavy traffic in the city, while his beautiful wife lounged behind the wheel. "Rest assured, I made sure she's all fuelled up. No need for any roadside tow rides today!" he bantered back with a wink.

"By the way, did you happen to notice that your rearview mirror is broken?" Rakesh mentioned, nodding towards the driver's side as his eyes crinkled at the corners. "It is not easy to spot unless you look carefully. It's not a big deal. I thought I would let you know about it anyway."

"Huh? I never noticed that," Ameya murmured, furrowing her brow in confusion. She had been driving the car just fine until yesterday and hadn't detected anything amiss with the mirrors during her routine inspections. When she was focused, even the most minute details didn't escape her meticulous scrutiny.

"Well, look and see for yourself. I will make coffee in the meantime," Rakesh said lightly, turning on his heel to head inside their cozy flat as Ameya rushed over to the car.

She slid into the butter-soft leather driver's seat and began examining the rearview mirror with a critical eye, lips pursed in concentration. At first glance, everything seemed perfectly intact, and she was about to dismiss it with an exasperated sigh, thinking her husband was overreacting to nothing again. However, right before giving up, a hairline crack running horizontally across the bottom edge of the mirror caught her eye. Though nearly imperceptible at first glance, once detected the slender fracture simply couldn't be unseen.

"This is not good... I was happily cruising through life without a care in the world. Why did he have to go and spoil the fun by pointing this out now? Now I must fix it right away. Seriously, Rakesh?"

Her husband's cheerful voice piped up from the doorway. "You want some coffee?" he asked innocently, holding up two steaming mugs as he stepped outside, still oblivious to the inner turmoil he had inadvertently triggered.

As Rakesh caught a glimpse of Ameya's pained expression, he realized he had fucked up big time. "Me and my big mouth!" he sighed, pinching the bridge of his nose. "The beast had been lying dormant for ages, and now I've foolishly awoken it..."

You see, Ameya had earned the nickname 'Monika' thanks to her obsessive-compulsive tendencies. She had an undying need for everything to be clean, tidy, and perfect. That broken mirror on her car had been flying under the radar until Rakesh blew its cover. Now, Ameya couldn't rest until the mirror was replaced.

In the nine years he'd known and loved her, Rakesh had learned to deftly navigate these inevitable situations where Ameya's Type-A tendencies reared up. He'd become an expert at gently distracting her before her laser-focus could hyper-fixate, or at least attempting to reason her down from the ledge of her own unrelenting standards. But alas, this escalation had been destined to happen sooner or later, regardless of his diligent efforts.

Snapping back to the present moment, Rakesh watched with a pained grimace as Ameya suddenly peeled out of their parking space without a word, clearly determined to get the mirror situation rectified as soon as inhumanly possible. He blew out a long, slow breath, trying not to dwell on the reality that it was already 9 PM on a Friday night. "What auto repair shop would possibly be open and staffed at this ungodly hour on a weekend?"

All Rakesh could do, at this point in time, was wait and hope that Ameya would safely navigate the dicey evening rush hour traffic and return home without incident. So much for kicking off their weekend with a relaxing night in - this was shaping up to be yet another perfectionist-precipitated saga. He shook his head wryly, a look of fond exasperation crinkling the laugh lines around his warm brown eyes as he shuffled back inside to "enjoy" his coffee alone.

Fast forward to another Saturday, the couple found themselves on a double date.

The foursome was seated in a sophisticated but cozy urban eatery, the soft lighting and modern decor exuding an upscale yet relaxed ambiance. Ameya caught Jyothi's eye from across the table, gesturing towards the tiny terra cotta dish of velvety butter. "Could you pass me the butter?" Ameya asked Jyothi, who sat across from her. Jyothi, a colleague of Rakesh, was the potential match they had in mind for Jeevan, a Ameya's colleague.

"The lamb here is said to be amazing. We should definitely give it a try," Jeevan proclaimed with the insistence of a well-researched foodie. "We should definitely give it a try while we're here. I've heard rave reviews!"

Ameya's face lit up as she looked at the menu, ready to indulge in the culinary delights. However, Jyothi interjected, "Oh, you guys go ahead with the meat dishes," she demurred politely. "I'm a vegetarian, so I'll just stick with the paneer tikka masala tonight."

An awkward silence hung in the air for a beat, the unspoken question of how to navigate this unexpected complication lingering tensely. Should they split the dishes between the couples to avoid potential cross-contamination issues? And what did this minor difference in culinary preferences signify about their apparent compatibility as matches? Just as Ameya began to panic internally, her husband's deep voice rang out to clear the palpable tension.

"Hey Jeevan, I think Ameya mentioned that you're some kind of rockstar architect?" Rakesh prompted their companion with an easy grin, ever the skilled master of courteous redirection. "Would you mind telling us a bit more about the kinds of projects you work on? I'm sure it's all quite fascinating."

"Well, actually I'm a civil engineer by trade," Jeevan began in that trademark way civil engineers always seemed to have of needing to clarify the distinction from architects. A boyish grin played across his ruggedly handsome features as he joked, "An architect who actually knows math, lol."

"Currently, I'm overseeing the plans for a new flyover bridge project in Kochi," Jeevan continued, unable to mask the swell of pride that made his chest puff out slightly. "It's a massive government infrastructure undertaking aimed at helping to alleviate some of the notoriously congested traffic throughout that area."

Jyothi's perfectly sculpted eyebrows rose with a hint of scepticism. "That's quite an ambitious endeavour," she mused, her melodious voice carrying just an edge of playful doubt. Though her features were delicate and refined, her eyes possessed a razor-sharp intellect. "I have to ask - do you engineers really think a flyover bridge is going to be enough to finally fix Kochi's residential traffic jams? That seems awfully optimistic."

"Well, we're certainly not just pulling these plans out of thin air," Ameya couldn't help but jump in, sensing her kindred civil engineer's credibility was being challenged. Her dark eyes flashed with the fervour of someone prepared to passionately defend her profession to the grave. "An incredible amount of careful planning, modelling, and study of all potential negative scenarios goes into designing effective infrastructure projects like this one. These designs aren't dreamed up over coffee, you know."

Sensing the swiftly shifting undercurrents, Rakesh decided to intervene before things escalated too far. "How's your work, Jyothi?" asked Rakesh, trying to change the topic, even though they worked together on the same project. "I feel like we haven't had a chance to really catch up in a while."

Jyothi couldn't quite suppress an eye roll as she waved her hand in a melodramatic gesture of defeat. "Ugh, don't even get me started on that nightmare of a project," she groaned, visibly deflating with built-up stress and frustration at the mere thought. "I swear, these clients we're dealing with must be some of the most insufferable, indecisive morons I've ever had the displeasure of working with. They keep changing the requirements every other week, altering the entire scope halfway through development sprints."

"Oh, it can't be that bad. At least you guys get to enjoy the comfort of working in an air-conditioned building. It's quite a relief compared to the scorching heat we must endure working under the blazing sun," Jeevan commented, seizing the opportunity to highlight the contrasting work environments.

Jyothi opened her mouth to protest, looking like a coiled cobra ready to strike, but Rakesh smoothly cut her off with a commiserating shake of his head. "Jeevan does make a fair point - the comfort of an air-conditioned office is certainly a perk those of us in the tech world are fortunate to have." He shot his wife an apologetic glance, knowing full well he was about to counter her perfectly valid frustrations.

"That said, it's a double-edged sword," Rakesh continued in an evening tone. "Sure, we get to work in temperature-controlled environments. But that 'luxury' as you put it often means spending countless extra hours chained to our desks, sleeping at our workstations, living off protein bars and cold coffee as we crunch to hit impossible deadlines." He ran a hand through his thick dark locks, his handsome face creasing with a world-wearied frown.

"Well, you have all the flexibility in that case. You can join late, work from home, or anywhere you want," Ameya wanted to point that out to Rakesh for quite a while now.

"Oh yes, we developers may not be bound to the traditional office space. But that 'flexibility' you speak of is just code for being available 24/7 at our employer's beck and call. We simply trade in one form of confinement for another." Jyothi was not ready to back down.

The fight between civil engineers and computer engineers was getting worse. Ameya and Rakesh had had this fight countless times in the past until they realized how bad it was and paused it for good. Well, the double date with which they hoped to unite two souls seemed to not only fail in its purpose but also potentially split them.

The waiter arrived just then, impeccable timing providing a courteous interruption from the escalating tension. "More wine for the table?" he inquired with an appropriately neutral smile.

"I'll be right back. I need to use the restroom," Ameya said as she stood up ready to walk out.

"I'll join you," Jyothi said as she went with her.

The men were alone. It was awkward again. Rakesh and Jeevan knew little about each other.

The silence stretched uncomfortably until Rakesh finally broke it with a wry chuckle. "So, how are you enjoying our little double date so far?"

Jeevan shook his head, an apologetic grimace twisting his features. "To be honest, it feels like this isn't quite the perfect match." He spread his hands in a gesture of defeat. "Ameya and I seem to have clashing personalities and interests. I'm struggling to find much common ground between us."

Jeevan looked at Rakesh with a puzzled expression. "But you and Ameya have been together for almost 10 years now. You must have some differences too. How do you make it work? Can you give me some advice on how an unlikely couple like us can get along better?"

"Oh, it's not that big a deal. Once you genuinely love someone, their quirks will not bother you too much. You barely notice them," Rakesh tried to brush it off.

"Oh... That makes sense. At the office, the way she talks about you, you have been deeply in love through all these years. I guess, that is also how you are not bothered by her chewing," said Jeevan.

"Chewing...?" That was the first time he had heard about this.

"Yeah, she chews food very loudly. Don't tell me you haven't noticed this. I thought you must be pretty used to it by now."

" "Crack..." the mirror shattered in Rakesh's mind. He faltered, finally registering the aggressive sounds of Ameya's ravenous eating, throughout the years he's known her, with stark clarity.

In the restroom, the ladies got to talking.

"So, did you like Jeevan?" Ameya asked.

"Well, he seems like a nice guy, but... I do not know... It does not seem like we are compatible. Our interests are not aligned. You saw how we were fighting just now. How do you work things out, you know, you and Rakesh?"

"Well, it's not like we are always compatible on everything. You learn to love the things your partner loves once you are in love with them. That is the magic of love," Ameya explained. "Sure, I make fun of his work sometimes, but he knows I do not mean it. It's just for fun."

"So, that's how you're keeping up with his habit of talking too much."

"Huh? What now?" Ameya had not thought of this one.

"Oh, I'm sure you've known this already. It seems Rakesh cannot stand silence. He talks all the time. He is always trying to break the ice," Jyothi explained her observation.

"Err..." Now that she thought about it, it was true.

"Crack..." another mirror shattered. This time, it was on Ameya. She mused inwardly, watching with newfound awareness at how her husband always launched into long-winded anecdote the back-to-back, every moment there is a silence. Words, words, words - he never could seem to sit comfortably with silence, always needing to fill it with excessive commentary and pontification on even the most mundane of subjects.

"You guys are back so quickly. The food is about to be served," Rakesh remarked as the ladies returned.

"It's true. He's always got something to say," Ameya couldn't help but think.

As the waiter began serving the food, Rakesh embarked on his usual exploration of the ingredients.

"Oh my God, it's just relentless! Can't he give it a rest for a moment?" Ameya thought, unable to overlook Rakesh's incessant talking anymore.

Without wasting much time, Ameya eagerly dove into the chicken.

"Crunch... crunch..." she attacked the chicken with gusto.

It was as if she weren't just casually noshing on bread, but furiously attacking a large slab of meat, stubbornly ripping and tearing with her jaws in a near feral display. Rakesh's eyes widened almost comically as he watched in a mixture of horror and fascination, feeling like he was seeing his wife of nine years for the very first time.

"She's like a ferocious beast, tearing into that poor chicken," Rakesh couldn't help but feel a twinge of remorse for the chicken he had ordered for everyone.

"Things were fine until I noticed the crack in the mirror," they both ruminated, trapped beneath the harsh glare of self-awareness. "Once seen, it's impossible to unsee..."

Even though Rakesh and Ameya saw some less flattering parts of each other that night, which threatened their views of a perfect marriage, they realized something deeper. For years, they had already accepted and embraced those very quirks and imperfections in each other, without realizing it. The pretence was gone, but the genuine love that allowed them to overlook the shortcomings remained strong.

Across the table, Rakesh and Ameya shared a smile that came from a lifetime of deep understanding - deeper than any superficial incompatibilities. With a nod, Rakesh reached for Ameya's hand to reassure her. Then he smoothly rejoined the conversation with their friends, aiming to revive the evening's jovial spirit.

For her part, Ameya just grinned and enjoyed the lamb curry, crunch by crunch. They had both seen the imperfections they were blind to before. But instead of dwelling on those small flaws, they chose to embrace them with the unwavering acceptance that comes with true, deep love.

Beyond the Veil of Memories...

Arya

"Will Grandpa come over to claim his love on Valentine's Day?" I asked jokingly over the phone to my mother. Grandma has been sleeping ever since the past three months; to be precise, a week before my grandfather's passing away. She hid my toddler-nephew's toy afraid that he would snatch it away, ate a slice of cake, mumbled her favourite God's name, and drifted off to sleep just like that. Some months back when Grandma began forgetting daily chores and faces, never did we know that Alzheimer's was in slow conquest of her entire being.

Back then, every morning, Grandpa used to close their bedroom door, forbidding everyone's entry and when he opened it after a couple of minutes, the aroma of the Lavender-flavoured room- freshener would mask the stinkiness of the room and Grandma would look beautiful in freshly laundered outfits and a big red *Bindi* and *Sindoor*. Meanwhile, Grandpa would soak the soiled bed sheets and Grandma's clothes in the bathroom. He would invade the kitchen before the maid arrived to cook Grandma's favourite wheat *dosas* and would never forget to get a packet of *"Munch"* on his way back home after running errands.

They used to live together, in a world of their own, far away from their kids and their lives, in a home we visited only during school vacations.

Ever since Grandma surrendered into the whirlpool of memory loss, the house no longer looked, smelled or felt the same. She would sit idling on a wooden chair in her kitchen, staring at the courtyard while her dimly lit kitchen would remain silent with no lingering aromas of her cuisines. The neighbour's dog would wag its tail and snuggle beneath the chair at her feet and they would sit for hours until Grandpa gently touched her, hoping to remind her that she still belonged to life and him.

Days before Grandpa passed away, I vividly remember the hospital nurse handing over Grandpa's shirt to my mother before an X-ray imaging session and how we discovered his precious possessions from the shirt pocket- a packet of *Bindi*, a few hair pins and safety pins. When we pulled his legs later, he smiled and said "She no longer remembers to dress up and I don't want her to look worn out, all she used to love dressing up" He sighed and added "But I don't know who will remember everything for her when I'm no longer there..." Though we assured him, he was quite sure that he was irreplaceable.

Grandma never knew about Grandpa's passing away. A blessing or curse, we still haven't figured out, but Grandma never really woke up from her long slumber. Except for the rhythmic breathing movements nothing in her proved that she was alive. Every day the hospital staff attended to her, cleaned the sores from her prolonged sleeping posture, fed her through the tubes and even ventured to take her to the hospital garden in a wheelchair. On some days while shifting her to the bed, she would mumble faintly calling out for Grandpa. Some days her eyes would open wide and they resembled crystal balls. We would call out, smile and wave but Grandma never really woke up.

While watching her, I always thought 'We all exist in some reign of everyone's consciousness. Through some miraculous network, some exotic fabric of consciousness we perceive, love and discern each other. Once the reign is lost, we are aliens to each other and alien to ourselves.

On the dawn of February 15, I woke up to five missed calls from my mother's number who was then Grandma's bystander at the hospital. I didn't have to return the call to realise that Grandpa couldn't celebrate a single Valentine's Day alone and he had come to claim his love back.....

After Dawn

Manik

It was still early. He thought he would be home before midnight as he eased the car out of the truck stop where he had stopped for coffee. He thought of calling Vinitha, then thought better of it when he remembered her saying something about going to bed early to be ready for a morning meeting. Instead, he texted her, 'Coffee break. Making steady progress.'

The night was wet. A steady rain had been falling ever since he left the city limits. Headlights bounced off the asphalt, no water logging though. Traffic had thinned, but he drove carefully. He was proud of his driving, his ability to pick out the slightest movement on either side of the road, to anticipate a heedless pedestrian or a stray bullock. One could easily miss a cyclist in such weather. He had to admit to himself that now, nearing 56, his reflexes had slowed from the time he burnt rubber along hundreds of thousands of miles across several continents.

Headlights flooded the inside of his car. Whoever was behind him, was too close, he thought, and it made him uneasy, but he didn't want to accelerate to pull away. This was not a night for racing. Soon enough, his pursuer moved over to the right lane and sped past leaving a spray of dirty water on his windshield. The Mack was an eighteen-wheeler and it was soon gone. He didn't want to tailgate, but the two columns of red, blue and amber lights flashing on the back of the trailer alerted him to the curves and bumps in the road ahead. He would keep them in sight; it was good to have company. He was glad that the truck also had slowed. It must be carrying fruits and vegetables to the *Koyambedu* wholesale market. Large vehicles were not allowed on city streets after six a.m. So, the drivers adjusted their speed to complete their delivery before daybreak.

It took him a while to realize that something was wrong. The lights had disappeared and as he neared, the truck seemed to be jackknifed across the highway. He must have skidded trying to avoid hitting something, may be an animal crossing the road. He wondered if he should stop and offer to help. He didn't know what he could do; perhaps make a phone call for a tow. They must have their own arrangements for emergencies like this. He must have been about 100 meters from the truck when it began sliding again, this time turning around and coming straight at him, lopsided like the rabid dog Atticus shot in the Mocking Bird, he thought. The headlights blinded him for a moment and then died. His own lights picked out the driver, a young man, no more than 22 or 23, a fluff of beard on the chin. Panic filled his boyish face as he saw the little car and driver in his way. Just a boy, he thought sadly, just a boy. Their eyes seemed to meet for a moment as the boy tugged at the huge steering wheel willing it to veer away from the road and into the ditch dug along the highway to save rain water as part of the government's Jal Yojana scheme. The yellow Mack was three storeys high. Barely ten meters from the car, it yielded to the boy's frantic, straining arms, turning away, As the front wheels sank into the ditch, the trailer side-swept like a giant crocodile's tail sending the red Honda Jazz flying through the air some 200 meters before crashing into a field of mud. The seat belt snapped. The airbag had inflated and then burst. He must be hurt, he thought, but he couldn't feel anything. Rice fields. Little memories lodged in his brain shook loose. Jerry Rice, NFL's great wide receiver, swift footed like Achilles, leaping like an antelope, running like the wind. Sunday afternoons. The rain had begun to taper. Then he saw his daughter's face, smiling, beautiful, small black 'bindi' on her forehead, as she got ready to accompany her mother to the temple before she left for the university. Berkeley is full of yoga places, Amma. They are not the same as *Thirumangalm*, child, Love you, Ma. Girls now said things like that without feeling awkward as they did in his time. What would you like me to tell your mother, he asked. Tears formed at the corner of her eyes. Don't go Appa, please don't, she said holding out her arm. Then the face faded and then darkness. Just a boy, they might hurt him, he thought sadly as he slipped into the wet dark, like entering a river.

***

The phone kept ringing, spitting colored lights. This was a gift from him. He didn't care for gizmos, especially garish ones like this, but he thought this would save her the trouble of groping around in the dark. He wondered why her friends always called after they had gone to bed.

"Hello", she said.

"Hello, could I speak to Mrs. Vinitha Vasudev?" A male voice, seemingly young, trying to stay calm. She took in the use of "Mrs."

"Who is it? How do you have this number?"

"Are you Mrs. Vasudev?"

"YES, "she snapped impatiently.

"This is Dr. Abraham, ma'am. Babu Abraham. I am calling from the CMC Hospital in Vellore. Your husband had an accident ma'am. This was the number on his card, the number to call in case of an emergency. It said, 'wife.'

Things melted in her throat. She thought she was going to pee.

"Who?" she rasped desperately.

"Your husband, ma'am. Prof. Ravi Vasudev. A truck seems to have hit his car."

'Is he hurt? How badly?" She felt she was blurting out some memorized dialogue from a movie.

"We are doing the investigations now. There are no visible injuries except a few bruises, but his vital signs are weakening."

"What does that mean? Is he going to die?'

"His condition is critical. ma'am."

More medical gobbledygook. They are not going to tell, are they?

"Could you come" ... a pause, "as soon as possible?"

"What are you NOT telling me?"

"He has registered as an organ donor, ma'am. But we won't be able to do anything without a release from you."

"So, he is . . . ", she faltered. She couldn't bring herself to say the word.

"No. ma'am. But it's good to be prepared. This was his wish. You don't want to waste an organ that might save another life." The doctor was trying to be kind, but he couldn't hide the implications of what he was saying.

Waste an organ, what a way to put it. How about waste a life? She was being unfair. It was his terrible duty to say this, a designated bearer of bad news. I'm sure he didn't volunteer for this. She thought of the kindly army officer who came to tell her uncle that his son was killed in an enemy ambush.

Dr. Abraham was still on the line. "Could you come?"

"Yes," she pulled herself together. "I'll be there as soon as I can."

"Do you have someone who can drive you? We can arrange an ambulance from one of our affiliates in Bangalore. They can travel fast with the sirens."

"No, no, thank you. I'll manage." And she hung up, and let out a howl that convulsed her stomach. Her limbs felt limp, boneless. She would vomit, she thought.

She can't give in. He is not dead, and he won't die. She won't let him. She just had to get there. Mention of the ambulance gave her an idea. From her days as a crime reporter, she knew the police commissioner. They had crossed swords many times, but she knew he admired her, even liked her. 'You are worse than my daughter," he would say in exasperation. She called his personal number from her contacts. To her surprise, the Commissioner answered on the second ring.

"Sir, I am sorry to disturb you at this time of the night, this is Vinitha Vasudev."

"I would recognize that voice anywhere Vinitha. What's the matter? How can I help?"

Her reporter's training kicked in. She kept it simple, matter-of-fact.

"Sir, I just had a call from CMS Vellore. My husband had an accident. He was driving to Madras by himself. They want me to get there quickly to sign some releases. I know it's not right to ask, but could you lend me a police car with a siren which can get me there fast? I'll pay for it."

There was a moment's pause.

"You're right Vinitha, it's against regulations, but let me do one thing. I'll send you my car. It's big, fast, and has one of those sirens. Even louder." The driver on night duty is Ali. You have interviewed him. He is reliable. You can depend on him for anything you need. My daughter is not here. Would you like my wife to go with you?"

"No, sir. You are very kind. I have a friend going with me. Thank you, sir."

"Well, I have your address. Ali will be there in no time. You can ask him to call me if you need anything. He has a direct police line. Oh, I forgot, Do you need any money to take with you? Sometimes they don't accept credit cards."

"No, no. I'm fine sir. I have enough cash on me. I have friends in Vellore," she lied. She didn't want to impose on him anymore.

"I'll keep in touch with Ali. You take care of your husband, God be with you, *beti*," he said, surprising her.

Then she called Neha Majumdar, her friend from college. She, like her, was Ravi's student, and like her, respected him. She had gone on to TISS and then to a Master's in Law from LSE. She was always angry. The world was full of injustice and she railed against it. She said cruel things to her friends and acquaintances and lost many of them as a result. In her intellectual work she was more measured, full of appreciation for nuances, sometimes even generously allowing moral ambiguities in her opponents.

"Neha, get ready. I am coming with a car. We have to go somewhere."

She didn't ask questions. "Do I need to pack?"

"Carry a toothbrush, and may be a change of clothes. I'll be there before you can close the front door."

They set off. It was well past midnight. The rain had stopped. Now, I have to call Indrani, she thought to herself. It'll be around noon in California.

"Who?"

"His daughter, Indrani."

She called from the car using the phone she kept for international calls. It rang and rang and rang. No answer. Then it got cut off. She speed dialed again. More rings and then Indrani's voice, panting. "Hey, it's the Pooh lady." as she noticed the name on her phone's screen. Hello Vinnie."

"Are you home?"

"Yes. I was in the backyard. Sunday in sunny California. I had to run . . . which is why . . . I am," she made exaggerated panting noises like a dog, "breathless." "What's up Vinnie?'

"Are you alone, is anyone home?"

"What's it Vinnie? You're making me nervous. Yes, Sunil is here. He's upstairs mucking about with his computer."

"I have bad news Indu." She could hear her stop breathing, imagined her folding onto a sofa.

"Is it Appa?" Her voice was barely a whisper. Then a croak as she broke down. She was still holding the phone.

"Could you call Sunil?" this is what she should have done first.

She could hear Indu screaming, walls shaking, it seemed.

"Suneeel, come down. Appa is dead." And then wailing, heart breaking. Vinitha held the phone away from her ear unable to bear so much pain. Her own heart was pounding. Neha reached across the seat and held her wrist as if she were taking her pulse. Sunil picked up the phone, and she said, "Sunil, are you there?

"Yes Vinitha, what happened."

"Indu's father was in a car accident. I am driving to Vellore. It'll take me another couple of hours to get there. The doctors are being cagey, they are not saying anything. But I have a feeling it's bad."

"They are being cautious. It's advice from the lawyers," said Sunil.

"Well, they asked me about organ donation. Ravi had registered as a donor. He had put my name as the next of kin to notify in case of emergencies. He had written "wife" on his card."

"Well, you are, aren't you?"

"Yes. They won't do anything unless I sign the papers."

"Is he dead?"

"They say, no. I think they are preparing us for the worst."

"What can I do?"

"Where is Indu? How is she?"

"She is in shock. I am holding her. She seems to be coming around."

"I need her permission."

"You don't. You are the wife. He has put your name down. You are authorized to make decisions."

"Legally, may be. But you know Indu and her Appa. I need to know that she is okay with this."

"I don't think she is in any condition to decide anything."

Indu's voice broke through, loud, harsh. "Of course I am in 'any condition'. What do I have to decide?"

She picked up the phone and Vinitha explained.

"Appa wanted you to decide?"

"He had already decided. The doctors want a release from me. It's procedure. They won't do it without it."

"He may not die," Indu said buying time.

"He may not." She had trouble keeping her voice from breaking. "But, if he does, we need to be prepared."

"He was dying, he knew it. He asked me if I had any messages for my mother."

"When?'

"Last night, it was a dream. I woke up bawling."

"What should I do?

"What would *you* do? After all he wanted *you* to be there if something like this happened. He trusted you to do the right thing."

"It was his wish. I think we have to honor it.

"Yes, you are right" said Indu firmly. She was in charge of herself now. 'That's what Appa would want. He was always giving away things, money, books."

She remembered him saying, "What's the point in having it sit in a bank account? Someone can use it. Why do you want them to sit on a shelf gathering dust? In a library, someone would actually read them."

That's what he would always say. Now, he would give whatever could be salvaged of himself.

"Sign the papers Vinnie, if it comes to that. I'm sorry I am not there to see you through this. Who is with you?"

"Neha"

"Majumdar?"

"Yes"

"I'll get the first available flight out. May be he'll be well by the time I get there. Oh God, it takes forever to get home. I'm so far away," she began crying.

Sunil was near, ready to hold her if she collapsed.

"Let me get the ticket," he said, trying to make himself useful.

"You *are* his wife, aren't you?" Neha asked.

"Well, it's complicated," she said.

"It's a simple question, Vinitha, Yes or No?"

"Yes and No."

"What does that mean? You are his wife and not his wife. Do you know how absurd that sounds?" Neha was getting exasperated.

"Is that why you asked his daughter's permission?"

"Partly. I had to ask her; she would never forgive me if I didn't. It isn't just a formality. They are intimately connected, father and daughter, in some mysterious way. You heard what she said about her father asking if she had anything to tell her mother."

"Everyone has dreams about close people dying . . . especially when you are feeling guilty about abandoning them. It's no big mystery"

"This is not that. You have to see them together; it's quite uncanny."

"You can't sign if you are not legally married; you know that, don't you?"

"Indu won't get here in time. Then those organs would go waste. They could save someone's life, that's what that doctor said. Ravi wanted that, which is why he put down my name. Knowing I am close by."

"What about your husband's life, your "partly" husband's life? You sound like you have given up."

"I have a feeling."

"Oh. So, you are now mysteriously connected." Neha was getting increasingly exasperated with what she thought was people's incompetence. After one messy divorce, she thought her friend knew the importance of keeping her papers in order.

"By the way, when did you start referring to him as 'Ravi'?

"It wasn't easy. He insisted. He said it made him look like a bossy, overbearing, chauvinist when I called him 'Ravi sir' in the presence of other people. Years of habit, I tried to explain. In fact, he was the least bossy of husbands; attentive, yielding, listening, always listening."

The heating in the car had become oppressive.

"Ali, could you open the windows a little," Vinitha asked. Ali lowered the windows a few inches. Wet night air rushed inside blowing their hair.

"How much longer, Ali?"

"About half an hour, madam," Ali replied.

"I wish they won't call you "madam." Makes you sound like someone who runs a brothel." Neha was angry at nothing in particular. She didn't want this to happen to her friend. She had already had a rough ride. She was just beginning to get back on her feet these last few months. Not that she was deliriously happy or anything like that; but it seemed, she had found herself, and then, this.

Vinitha leaned forward and pressed her face between her knees. She wanted to cry, to let go, weep without control. Her friend placed her hand over her hair, stroking her back.

"How did this partial marital status happen?" She wanted to keep her friend talking. It would distract her from thinking about whatever was waiting for them at the hospital.

She sat up.

"It was a few weekends ago. We had gotten into the habit of driving without any goal in particular. He knew a great deal about trees. Plants too, but mostly trees. He said he had learnt these recently. He said when he used to teach description, he often found that he didn't know the names of most of the flora and fauna around him. English writers would speak about beech and holly and cedar and birch. 'We know the banian, and mango, and may be the jack fruit tree.' There ends our knowledge of trees. 'Plants and flowers, we know even less.' So, he started studying them, and he would point them out to me. Not to show off. He was practicing, making sure that he got them right. I thought, he could write a book about them some day."

"You know, he had grown abstracted after, Janu auntie - that's what we called his wife - died a few years ago. Teaching took his mind off brooding. And the kids kept him busy. But, he would sometimes lose himself. One of the students in the class during the last year before he decided to retire said he would stop in mid-sentence and look away. Some small word like 'far' or 'ago' would stop him. Then there were the affecting passages he would read aloud. It became increasingly difficult for him to read them without tears flowing down his face. He felt embarrassed. He wanted to make sure that he was not losing his mind, beginning to forget things, but his brain functions were normal. Better than normal, the doctors said. His memory, they said, was better than that of men 30 years his junior. He said his heart was tired, "fatigued," he said, from regrets. I don't think it was just Janu auntie's death. Of course, Indu was far away, but he was proud of her work in neuroscience. There may have been other regrets we never knew about."

"You were going to tell me about the marriage."

"Yes, yes. Well, a few weekends ago we set out on our rambling outings, but this time he said that this was going to be a surprise. He had a boyish delight in pranks and surprises, not the irritating kind. In fact, he was quite charming. If you mentioned some obscure object you had seen and loved, you would find it a few days later hidden among your clothes."

"It's called second childhood," Neha said rolling her eyes in the dark.

"Don't you start on this age difference thing, now," said Vinitha who was tiresomely asked to explain why she had chosen to marry someone so much older than herself. None of your business, she kept telling them but they wouldn't let up. It was as though she had betrayed her whole generation.

"Oh, I like this 'age difference thing.' I would have seduced him myself if you hadn't kidnapped him."

"That Saturday, he took me to an out-of-the-way temple. Just a shrine really, a clearing in the brush. It seemed like one idol under a peepul tree, which over time, the local people had made into a temple. He said he knew the place from his college days when he and his friends brought their girlfriends for some necking, mostly clumsy fumbling with buttons and safety pins, he said. There was no temple then; only a few granite *devatas* dark with oil. He seemed to know the priest, or he had met him earlier and arranged something for this occasion. We did the usual offerings, names and birth-stars of everyone we could think of, and then the priest chanted something which he said was to bless our union. He emphasized "union." We are well past all that, I wanted to tell him. Then he chanted some more. I couldn't understand all of it, but there was something about having a large number of children - *bahu puthra labham*. 'Now we are talking,' I told Ravi. Then he brought this out which apparently had been blessed by the deity, and Ravi tied it around my neck. It was a yellow thread with a tiny gold leaf, like a banyan leaf, on which rested an even tinier Krishna. It's about the size of the nail on my little finger." She fingered the thread as sobs began to rise from the pit of her stomach. Neha held her saying, "there, there." She had no idea what that meant, but she had seen people doing it in films.

"We were to register the marriage the next day, but there was a bundh. Then I had to go away for a week, and during that time Ravi went to Chennai to make a will leaving everything he had to Indu. I had told him that I wouldn't take anything from him except his mind, and his body, of course. I am losing both now. And her insides heaved again and she doubled over crying, O God, O God. And Neha felt waves of sobs breaking in her own chest as she swore at herself, 'shit, I can't take it, shit!'

Ali pulled into a portico with an EMERGENCY sign in white light, the beacon atop his car rotating, dispersing colored lights across the hospital parking lot. Neha jumped out first. You go in with her to the front desk, Ali, she said quickly. I know a back way to the doctors' rooms.

By the time Vinitha got the night nurse to recognize who she was and why she was there, Neha had come back with Dr. Abraham in tow.

"He is not saying much," Neha said to her under her breath as they followed the doctor to the elevators and another floor. In the metal chair islands under fluorescent lights along the corridor, bleary eyed relatives were slumped in various degrees of collapse, waiting for word on their dear ones.

She wondered if she would also look similarly undignified in another hour. Dr. Abraham stopped outside an operating theatre. He pointed to the chairs in the rest area. There was no one on this island.

"Why don't you wait here? I'll look inside and see if they have been able to stop the bleeding."

"Massive internal haemorrhage," Neha whispered to her friend.

"There are three surgeons looking after your husband; the doctor tried to be encouraging.

"One for each organ," she said bitterly. Dr. Abraham looked wounded. He was much older than he sounded over the phone. What is such a senior person doing at this time of the night in the hospital. They must have called him in when Ravi was brought here by the ambulance. She felt bad about making that comment. It seemed unnecessarily cruel. She could imagine Ravi filling the donor form. He would have imagined the joy or relief on a mother's face as someone called to tell her that they had an organ to replace her son's damaged heart. Or a young man blinded by childhood disease learning that he would once again see the riotous colors of a sky at sundown. He could picture them and be moved by their gratitude to this anonymous person who had given them a new lease on life. Visualize everything, he would tell his writing class. He could do it with ease himself.

Neha touched her sleeve, guiding her to the black metal chairs. They were cold and she winced as her arm touched the cold metal. An attendant passed by and the doctor stopped him and handed him a bunch of change and asked him to get two cups of coffee from the vending machine.

"Thanks doctor, I'll pass," Vinitha said.

"I think I'll take both," said Neha and followed the attendant down the corridor.

"It's as I had told you over the phone. Externally everything looks fine. It would be hard to imagine that this person was in a serious accident. There is lot of internal bleeding. It's hard for them to locate the ruptures because of the massive quantity of blood everywhere."

Nothing was registering. It was only a few hours ago he had hugged her and said I'll be back before you know I'm gone." She tried to read prophesy into every word. Was this foretold? Did he have one of his famous hunches? Did he know that this was the end when he told Indu something in her dream? Did he think of her when the truck hit him?

By now she had a picture of what had happened.

A young woman, probably a PG intern, came out of the theatre, spoke to the senior doctor and came and sat by her.

"Could I get you anything?"

"No," she said. "What happened to the truck driver?" she said just to say something.

"There were three people in the truck. Two of them were asleep in the cabin behind the driver. They were not badly hurt. The driver has a lot of fractures, but he is not critical. He'll live. His face and jaw are all taped up, but he is conscious."

"And my husband, will he live?"

The young woman looked away.

"You are Vinitha Vasudev, aren't you? I have read your writings. You came to our college once for a healthcare conference. You spoke angrily about the measly health budgets. I was a student then. We were all impressed/"

That must have been so long ago; another lifetime. She was fighting her own personal battles then.

"Are you married?" she asked suddenly.

The young woman was taken aback. She recovered quickly. "Engaged. My parents are planning a wedding next month."

"Arranged?"

"Dot com," she smiled.

There was a flurry outside the entrance to the theatre. Two men came out looking grumpy. Dr. Abraham who had disappeared, reappeared. There was hurried conversation. Neha had returned.

"What's happening," she asked the PG intern.

"I'll find out," and she hurried away, glad to escape.

The corridors were quiet again.

Waiting.

An old janitor appeared with a cart and a mop and bucket on wheels with what appeared to be very hot water. He left streaks of wetness smelling of phenyl as he made his way down the corridor. Minutes passed, then hours. She rested her head against Neha's shoulder and dozed off.

And then more activity. Several people appeared wearing green hospital gowns. Some had caps, The intern also was wearing one. She looked quite attractive in spite of the fatigue. I hope the dot com husband would appreciate her, value her. Thoughts became disconnected. One of the men in caps was beckoning to her. Neha entwined her arm in hers and led her to the theatre. She couldn't recognize the limp body that lay on the table.

"Where is my husband?'

Neha choked back a sob and tightened her grip on her friend's arm. The screens and dials with colored lights had frozen. Nothing moved. A nurse quickly wheeled a chair into position before she fainted into Neha's arms. She eased her into the chair and someone pushed it back into the corridor. Dr. Abraham had her brought to his consulting room and put in a bed behind a screen. Neha sat in front of his desk as he looked at the papers in his hand.

"She signed them as soon as she arrived," he said. "But, I would still like to ask her in person. We don't have much time."

Neha went around the screen and looked at her friend. She had sweated profusely. Strands of hair stuck to her forehead. Her face was cold.

"Doctor," she said in a loud whisper.

Dr. Abraham came behind the screen.

"Her pressure is low. I checked. Nothing to cause concern. Is this likely to happen again on the way back? In that case, I'll keep her here till tomorrow."

"She is a very strong woman, doctor. You don't have to worry."

"Anyway, when you take the body back, I'll have a doctor accompany her."

The doctor took a wet towel and held it against her face wiping off the sweat. Vinitha shuddered awake and struggled to get up.

"Stay right there young lady." "Do you think you can talk?"

She nodded.

"I am sorry to bring this up, but are you still alright with signing the releases."

"I signed them already," she said. "As soon as I arrived."

"Yes, I know. I have them right here. You are sure?"

'Yes doctor. I spoke to his daughter in California. We both felt that we should honor his wishes. He was generous with his belongings. He gave them away if he felt that someone needed them more than he did."

"A noble soul."

"Yes doctor."

"Will you lie down for some more time? Sleep if you want to. You too Neha. There is a bed on the other side. I'll make the arrangements for transport back to Bangalore and come back and get you. There is an attendant outside. If you want coffee or tea, let him know."

"Neha, could you call Ali and let him know where we are. His number is in my cell."

Then she turned to the wall, away from them, and hugged the pillow, stuffing it into her mouth, as sobs wracked her body.

Neha stood near the bed and thought, "I have never felt so helpless."

The day was beginning to break when Dr. Abraham came to tell them that the body had been placed in an ice box in the ambulance which would take them to Bangalore. She asked the doctor how the driver of the truck was. He was still in the ICU, but he was stable and recovering, said the young intern who was trailing after them. Could she see him, is it against the rules?

"No, no, no such rules, we try to keep ICU visitors to immediate relatives." said Dr. Abraham.

"Then, he is not likely to have any, is he?"

"Why V, why?" asked Neha.

"I don't know. It would be kind, I think." She thought about Ravi.

"If you wish to," said Dr. Abraham and asked the Intern if she would take Vinitha to the ICU.

"What's your name?" Vinitha asked as they were walking down the long hallway.

"Samira, Samira Ahmed"

"Will you keep your name after marriage?"

'Yes, I think so."

"You know, my maiden name was Vasudev. So, I came in for quite a bit of ribbing when I was Ravi's student. Daughter or wife-in-waiting, they would ask pointedly. I didn't have to change my name when we eventually decided to marry. He wouldn't have wanted me to, even if I had a different name."

At the door to the ICU, they fell silent. Samira whispered something to a duty nurse who led Vinitha to a bed behind several screens on wheels. The man was heavily bandaged. His jaw was taped up and a leg in a cast was held up by a rope round a pulley. The nurse bent to his ear and told him that he had a visitor. It wasn't clear if he understood. A tear formed at the corner of his eye and rolled down the face to the pillow. Her fingers touched the edge of the bed and she mumbled tender words as if she were consoling an unhappy child. Then she inclined her head ever so slightly and backed out from behind the screen and back into the blue light of the hallway.

"What's his name?" she asked Samira, her reporter's instincts surfacing.

"Salim, P. A. Salim; that was on his driver's license."

"Has his family been told?"

"The police said he is from U.P. They are trying to contact his family."

"What was all that about?" asked Neha when they were alone again.

"That policeman outside who was at the accident site said that it was a large crater filled with rain water in the middle of the road that caused him to brake suddenly sending the truck into a skid. It wasn't his fault. Ravi would have wanted him to know."

When the ambulance was loaded she asked Neha to follow her with Ali. Samira wanted to climb in the back with her but she told her to ride with the driver.

"Let me be. I need to be alone with him," she said briefly turning her eyes to the covered figure in the ice box.

Reporting from protest sites, from police firings, she had travelled with broken bodies in ambulances. This was the first time she was alone with a body, in silence. The body, the body she knew well. Now a strange object she didn't recognize. What have they done to it! They speak about harvesting organs, as if the agricultural reference would bring images of dances and festivals and merriment. He used to remind his students of Deenanath Mangeshkar's advice to his daughter Lata: "do not sing from the throat, sing from the heart." Write from the heart; if you are moved by what you write, you will move your reader. What will happen to that heart? Will the recipient become a good-hearted person? Her mind was wandering. She tried to think clearly. About what, she wasn't sure. About the funeral, about arrangements, about Indrani when she arrives? Was there someone to whom she could entrust everything and disappear? Perhaps go to that wilderness shrine and hide out for a few days. She was not an atheist, but she was not religious either. In fact, she hadn't given it much thought. She had celebrated the traditional festivals with her parents and sister when she was growing up. They were mostly occasions for special food, and quantities of it. It was Ravi who brought a bronze lamp when he moved in with her and lit it every morning and evening, with her permission. Soon it was routine. She liked the smell of the oil and the wick and the incense. He had DVDs of the prayers and the chants customarily recited in temples. He could recite many of them from memory. For someone with deep leftist intellectual convictions, this devotion seemed odd. But he didn't find contradictions in it. People call it "cognitive dissonance," but I don't see any dissonance. He chafed at labels like Left and Right. Wanting to see hungry people fed, sick people cared for, children educated, old people looked after – what is so Left about that? I thought everyone would want that even if they disagreed on how to achieve it.

He had little patience with arguments about the primacy of Reason or Passion. It seemed academic sophistry to him. We didn't live in tightly sealed compartments. In a good life, they combined to produce miracles. But Reason could take you only so far, and after that you had to transcend Reason. How? Someone asked. Instinct, imagination, intuition, he replied.

Did he have a good life, by his own exacting standards, she wondered. He may not have thought so, but a vast number of former students swore that he changed their lives, opened them to thoughts and feelings they may not have found on their own. "You taught us in so many ways," one of them wrote to him on Teacher's Day. His own assessment was modest. "I have only asked you to listen to the 'better angels of your nature'," he would quote Lincoln.

And this last year, in spite of all their misgivings about the vast difference in their age, all the snickering among acquaintances, the seemingly concerned cautionary warnings about "affairs like this," they had made a life together, a creative life, she thought. For her, that life was one where you learned something new every day, some valuable lesson she could someday pass on to her own child. It was a gift that came when she least expected it, when her own life had been ravaged by bitterness and rancor.

What will tomorrow be like, and the day after that, and a future before which a hole had opened, and at that her thoughts crumbled.

Then she remembered, she had an appointment with her gynecologist on Wednesday. Indu will be here to take care of things. She could sneak away for an hour. Essential services should be maintained, Ravi would have said.

Bindu Kurien, the gynecologist lived on a treelined street in a quiet residential colony. Leaves, fallen in the overnight rain, wetly littered the streets Most of the houses had small lawns and flowering plants in front. The two-storey house with a brown brick façade seemed odd for a doctor's office.

Inside, the large waiting room (It must have been a living room, originally, she thought) was warm and comforting. She had an early morning appointment and had the room to herself for now. At the unmanned reception desk, she found a clipboard with a form to be filled out by the "patient". She was putting down her personal details when a woman opened an inside door and said in a soft voice, "Ms. Vasudev, would you like to come in?" She put away the pen and held on to the clipboard as she walked to the door. The doctor's face was familiar from the promotional pictures she had seen on the Net. Yet, she was surprised how young she looked.

"Thank you for agreeing to see me so early in the morning."

"Not at all," said Dr. Kurien. "I like to get an early start myself. Unfortunately, my assistant has been delayed." "I see, you have completed the form," she said taking the clipboard from her.

"Would you like me to wait till your assistant arrived?"

"No, no need for that. Why don't you sit down, and we will talk a bit. Shall I get you some coffee, or tea perhaps?"

"No doctor, I am fine."

"Why did you want to see me?"

Vinitha closed her eyes for a moment and thought. She had searched the Net and found a doctor that none of her friends went to. She wasn't sure why. It's not as though her friends or their doctors tattled. But she felt safe in opening up to a stranger, someone completely new. Now, she wasn't so sure

"You can see from the form that I am in my mid 30's, a little over 35. I have been told that it is sensible for a woman of my age to have periodic check-ups, just to be safe, you know."

"Yes, it is 'sensible' as you put it. And that is the only reason you are here?"

"No, that's not the only reason. Could we talk about it later?"

"Alright. Let's do the examination first and then we can resume our conversation."

Hema, the assistant had arrived and was setting up the table for examination. At a nod from the doctor, she helped Vinitha change into a gown and climb on to the table.

There was excited chatter from the bottom end of the table. Then whispers.

Dr. Bindu Kurien came to her side and said, "I would like to do an ultrasound just to confirm something. Is that alright?"

"What's wrong doctor?" Vinitha began to panic.

"Nothing is wrong. You are fine. Just wait a little and I'll give you a printout on the state of your health."

An hour later, Vinitha walked out on to the rain-slicked black granite slabs leading to the green picket gate, clutching a sheaf of papers with instructions for the newly pregnant woman – FAQ's, advice on diet, drink, exercise, yoga, meditation, everything for a happy, contented baby.

The sun had come out. Drops of water glistened on the bougainvillea leaves. She looked up and let the young sun shine on her face.

Saree, Onam, and Love

Dr Mahesh Kumar J

It is Onam, the festival of unity, harmony and love; a time of vibrance.

When the whole city is lit up with lights, and people are on a buying spree, with *sarees* draped in colors and *mundus* worn with pride, embracing tradition, families unite in happy, unmatched celebration.

The beauty of the season blooms in *pookkalam* designs, their fragrance fills the air,

as the spirit comes to light. And yet standing away on the college premises, the only person who captured my eyes, and filled me with joy was her — how her eyes glanced upon me, filling me with excitement, love, and an adrenaline rush.

Her *saree*, a timeless drape, is full of love and grace. It flows like a gentle river, embracing her soul. Beneath its folds lies a deep connection to her heart, mind, and body, celebrating her femininity and strength. But as I sat there, with my mind racing,

I heard a familiar voice behind me.

"Manu? Nee entha maari nikkune? Baa, namuk oru photo edukam"

I smiled at her phone camera, even when the sight of her made me feel nervous.

"*Enthado? Ippolum njan asthikk pidichirikuvaano? Bhayankaram nervous aanallo thaan...*" Maya asked me, looking at me with a mix of naughty smiles and a sense of wonder.

I smirked, my eyes never leaving hers, and her timeless beauty. "*Onnumila, Maya. Ninne kaanan nalla bhangi ond.*"

"*Ath njan ninte kanniloode oru 100 vattam kandada,*" replied Maya.

Tensions were running high, with each of us sweating and feeling uneasy. Maya's expression suddenly shifted from annoyance to rather something else. She walked over to me and started whispering, And I had to lean in to hear her husky voice.

"*Orake parayado! Ivide aarumilalo,Ee store roomil ippo aaru varana? Ellarum auditoriumthil aayirikum,*" I told loudly.

And then Maya whispered in my ears, "*Aarum varilla! Athaan njan pathuke parayunne*, so that you will lean on to me..."

Our bodies were leaning into each other, in the dim light of the store room, the atmosphere is full of love and intimate temptation. Maya stands in front of me, draped in love and passion, that touches the untouched floors. The fabric hugs her form, just like I want to, adorning her every curve with elegance and sensuality.

As we hug each other with a tightness that fades the world around away, leaving only the warmth of our shared bodies, the softness of her saree makes me yearn, with each touch a tremble to feel and seek — Each detail, is a tribute to the beauty, that lies bare in front of me. With the room set for a private performance of our own, I lean into her closer, tighter, our shoulders brushing, as we cry and smile in love. The air is thick with anticipation of the next move, Every touch is electric, reminiscent of a bond that the universe wanted to be fulfilled.

Adrenaline and oxytocin releasing at the same time??

I never knew that could happen.

It's like a tornado met a volcano, erupting into a never-ending explosion, bodies moving in perfect harmony. In this secluded room, the SAREE becomes a symbol of our connection, its design reflects the warmth and passion of it. The room might be empty, but our hearts are full of unspoken desires, waiting for bodily pleasure and pain.

My lips met her lipstick-covered lips wildly, starting a fire that deepens our connection. Wrapped in each other's clothes, I found safety and peace. Our fingers crossed, with thick intimacy with each other, her hair on my face, each kiss cooled down the heat. As we lie as one, it was a dance of cosmic stars, painting the dimly lit room with colours—of Love, Passion, and Lust.

I never knew time could stand still until her hands pushed mine down in the dimly lit room with my masculinity suddenly turning to femininity around her.

As we breathed faster, the world around felt like it didn't exist, surrendering ourselves to complete ecstasy. In that divine moment, we found not only pleasure, but a union of souls, body, and ourselves. The warmth of our bodies pressed against each other and our love knew no boundaries.

"*Eda ni innale orangiyile?Entha ivide kedann orangune?Programme okke kaanande?*"

asked my friends in the auditorium, while I smiled inside and told myself,

"Damn Manu, I never knew Love in Onam can be this fulfilling and exhausting.

It is true what they say.

Onam can make you sleep — either through *Sadhya* or *Saree*.

The Divine and The Damned

Narayan Menon

April 20th, 2003, Easter Sunday–Vatican

The Vatican was busy with thousands of people flocking in for the Urbi et Orbi (the Pope's message to the city and the world) at St. Peter's Basilica and the Easter mass at St. Peter's Square. It was an occasion of happiness and celebrations as people across the world commemorated the resurrection of Jesus—the son of God—from the dead. The entire Easter week ceremonies were led by Pope John Paul II, the much-loved leader of the Catholic Church. The usually jovial Vicar of Jesus Christ was disturbed that day, though he did his best not to show it outwardly. His obligatory duties done, he quickly made his way into the Papal Palace and into a smaller secure room that was just off the Borgia Apartments. The 3 bishops were already seated and rose as the Pope came in. The mood in the room was somber. No one said much as they were served a light lunch consisting of sandwiches, a roast, and a salad. The pope also asked for the dessert tray and coffee and juices to be kept to the side of the large table so that they could serve themselves later and could be left alone for the very serious and top-secret meeting that was about to ensue.

Fr. Dominic Norman, Archbishop of the Anglican Church at Westminster Abbey, London; Fr. Pierre Jean-Marie, the Archbishop of Paris from the Notre Dame Cathedral; and

Fr. Aharon Cohen of The Church of the Holy Sepulchre in Jerusalem were all ears as the Pope began to speak:

"It is time for us to protect the divine and the church as was destined. I need all of you to listen carefully to what I am about to reveal. Let this remain a secret within us, and may the work we do for this be of utmost importance."

A tense silence enveloped the room as the Pope unveiled a framed box containing the mysterious letters of Adso of Montier-en-Der. He opened the Bible to 2 Thessalonians 2:1-12, the words carrying an eerie weight. Finally, he presented an ancient parchment, its cryptic pages leaving the onlookers in a state of fascination and unease.

"The first 2 documents pertain to the Antichrist, as you would know, while this one has only ever been viewed by the Popes and their inner circles. This is the part of the 'second coming' from the book of Revelation that is believed to have been lost forever. We always had it but kept it hidden lest it fell into the wrong hands." There was a collective gasp in the room that hung in the air for a while as the Pope projected it onto a screen for everyone present to read.

The word and ward of God was to be born again and would save the world from apocalypse. Yet, many dangers lurked all around, and the child should be shielded and protected till it comes of age to assume its role as the savior. The bells of the Sistine Chapel rang, announcing the special Easter prayers.

June, Friday the 13th, 2003, The Servants of Antichrist Church (SoAC) - Harlem, USA:

The sky was cloudy and grey, and a slight drizzle sprinkled Darby Street. It was half past 5 in the evening, and the nightclub around the corner had its neon sign turned on. It read—The Devil's Den. The infamous part of town was once the hotspot for sailors who would make their way to the Mercy Tavern for their drinks, women, and more. The mysterious tunnels built by Elias Derby Jr. for his smuggling activities then remain a cold testimony to the revelry and misdemeanors. The maze of tunnels is said to echo the screams of beheaded sea lords and tortured sailors even to this day. The Devil's Den (DD) of today dishes out almost all the flavor from then, though with a bit more finesse and sophistication as to the packaging of it all. The interiors were set to gothic with the devil as its central theme. Occult insignia adorned the interiors with dim lighting to match. The DD had a pub and dance floor up front, a strip club towards the back, and a row of fancy rooms on the first floor for customers who seek private sessions.

A tall and well-built figure in grey attire that resembles a priest and the face obscured by a hood pulled low over the head, walked briskly towards the Devil's Den. He passed the front entrance and made his way to a side door, which he opened by swiping an access card, and was led to a private office space within. Inside, 3 others who were similarly dressed were seated around a round table, and they stood up on his arrival and said, "Good evening, Spencer.".

"Good evening, Sacha, Carl, and Aron... Follow me...Thank you all for flying in at short notice. We have very important matters to discuss, and hence this meeting.

Spencer stood facing a large bookshelf behind the table. He pulled out a large book from the center and punched in a code on the keypad that appeared. The bookshelf slid open, and beyond was a spiral staircase that went into the basement. Spencer stood aside for the other to enter and make their way down. He punched another code into the keypad within, and the shelf slid back into its place, closing the secret entrance.

The basement housed the high church of the Servants of Antichrist, and Spencer Roman was their high priest. Sacha Vincent from France, Carl Chester from the UK, and Aron Levy from Israel were leaders of SoAC in their respective regions. The Black Chapel, as it was called, had a raised altar with the inverted cross fixed high up on the wall, below which stood a 6-foot bronze statue of Satan himself, seated cross-legged on a throne with his goat head, sharp fangs, horns, and mouth wide open, ready to spew fire. The right hand was bent at the elbow and held high with fingers clenched except for 2 extended—the index and middle, held together and pointing up while the left hand rested on its knee and had the same 2 fingers pointing down. It signified the verse of 'as above, so below.'. Interestingly, the throne could be rotated, and the other side depicted the devil in his biblical mention as a fallen angel on the throne, though the hair and tongue were formed as agitated serpents ready to strike. The forms were worshiped as per the days of the week and rituals scheduled. The floor in front had a large pentagram etched in, and the aisles were lit by large candles while the pews held copies of the satanic bible.

Spencer led the others to a small table and chairs towards the left of the altar. The table had an ancient book open and also a few pieces of paper in airtight transparent foils. The book was Hugh Ripelin's Compendium of Theological Truth. The priests looked at the papers quizzically.

"Copies of hitherto unseen pages of the Book of Revelations from the Vatican archives that our friend has passed on to us," said Spencer. "It is time, folks, for our lord Satan to be born into this world, and we must ensure that he is protected till fully formed to take over his rightful place as the ruler of the earth."

The congregation nodded in silence.

"It is also important to note that the second coming of the child of God is upon us too. The Vatican has already met on this, and their plans are in motion. It is upon us and the followers of SoAC to ensure that our lord is protected and theirs destroyed. Let us pledge to this, my brothers before we sit down to make detailed plans..."

Spencer moved the small golden chalice and unsheathed a miniature pitchfork. Its sharp tip gleamed in the dim light as everyone present rolled their sleeves up and held out their left hands. Spencer did the same and went on to make small cuts on each of their wrists from which blood dripped into the chalice. Once full, it was poured at the feet of the idol of Satan at the altar before they returned to make their plans.

January 29, 2004, Jerusalem, Israel - Radha:

The Gaza Strip was a scene of chaos again. Radha Devi was a nurse at the Hadassah Medical Center and was on her way from one campus to the other on an Egged bus. She sat by the front near a window, gazing out at the dusty terrain and lost in her thoughts.

A native of Kochi in Kerala, she longed for the greenery along with the morning sounds and sights that were typical to the start of a day in her hometown. She missed that quite a bit, not to mention her family—dad, mom, and a younger brother. After her nursing studies, she joined the Amrita Hospital as an intern. She was gearing up to do a postgraduate course in her chosen field. It was then that her dad's antique and curio shop in the Jew Street area of Fort Kochi came into serious financial trouble. The loans had accumulated, and the bank had a notice served to recover long-due loans. That is when Dr. Barak, from the nearby clinic, who knew Radha from her childhood, wrote to his friend Dr. Eliah at the Hadassah Medical Center, which was a university hospital based near Jerusalem. Dr. Eliah worked his magic, and Radha landed a lucrative offer to work at the hospital and also received a full scholarship to pursue her 2-year postgraduate nursing degree at the same facility.

A jolt from the bus traversing along raw, dusty terrain as it swerved past an oncoming truck brought Radha back to the present. 2.5 years already, she thought to herself. Her earnings had helped improve the situation at home, and she had just received her postgraduate certification at a warm felicitation function 15 days back. She was finally going home, and the thought brought a smile to her face.

Kaboom!!!!

The noise was deafening, and Radha felt a searing heat descend over her body as she was hurled out of the window. That was the last that her memory could register before darkness descended upon her senses.

"Ma'am... Can you hear me? Are you ok?"

Radha opened her eyes groggily, and everything was a blur. Her vision slowly cleared, and her pupils focused on a girl in a nurse's uniform... It was an intern she knew from the hospital—Nadine.

"Nadine, thank god it's you... Where am I and what happened?" Radha asked, trying to get her orientation right.

"Ma'am, you have been extremely lucky to have survived with minor lacerations. There was a suicide bomber on the bus that you were on. There are many casualties and more injured. You were lucky enough to be thrown clear of the bus before the flames engulfed it", Nadine continued... "We are at our hospital, ma'am, and I will take good care of you.".

"Thank you, Nadine. Please help me make it for my flight tonight... I must not miss it. My parents are expecting me, and it will be a shock to them if I don't make it to Kochi as per plan. "

"But ma'am... You know the procedures, right? They will take your statements, search your house, etc., before you are cleared to leave. What can I do?"

"Precisely why I would need your help, Nadine... Don't register me as one of the injured who are brought in. Once a bit of first aid is done, I think I can pull in a couple of hours of work helping out here before going to my room, packing up, and heading to the airport. I already have all the necessary paperwork done and collected from the college and hospital offices."

"I guess I can do that, plus we could definitely use the help of someone like you to handle the chaos, ma'am," Nadine smiled nervously.

Her minor lacerations dressed and well concealed beneath her work clothes, Radha quickly took charge of the chaotic ER. As she went to each patient to file their details, a voice beckoned her from near the bed that she had on a few minutes earlier.

Radha turned to face a disheveled man in his late 50s. She could make out at a glance that he was badly injured and in a lot of pain. She examined him and readied a morphine shot while calling out to the doctor. As she bent down closer to him, he whispered laboriously,

"I am Fr. Aharon of The Church of the Holy Sepulchre. I need your help, and please do not say no. "

"This will ease the pain, and the doctor should be around soon, Fr.," Radha said...

"No...No... I may not make it out of here alive, and even if I do, the police will surely take away what I am going to entrust to you. Please open my duffel bag at the foot of the bed," he pleaded.

"Ok... Ok... Don't stress now. I will check."

Radha moved in a panic to the foot of the bed and lifted the duffel bag, pleasantly surprised by its lightness. As she unzipped it, her eyes widened at the sight of an exquisite wooden box nestled within. The box was a work of art, its surface adorned with a strikingly large cross at the center. At the intersection of the cross, a sparkling round white gemstone caught the light, resembling a diamond in its brilliance. Intricately etched on the wood was a unique dial, its center indented, resembling the heart of a wheel, with raised spokes elegantly reaching out to a golden rim that held it all together.

An eagle, majestic and powerful, soared above the cross as if standing guard, while delicate doves were depicted resting at the cross's base. The radiant gold of these symbols magnificently contrasted with the rich, dark finish of the box, which was embellished with detailed carvings of angels along its four sides. Radha found herself captivated, lost in the beauty of the box until the man's voice pulled her back from her enchantment.

"Take the bag. I heard you mention that you were off to Kochi tonight. Please take it with you and hand the box over to the priest at the nearest church and request he get the box to this address before the 6th of June 2004. It is very important... so important that the fate of the world rests on this..."

"But what is in it, and why me..." She turned to ask the priest only to see his still eyes stare back at her. She felt for a pulse but found none. His other hand was still clenched in a fist out of which part of a torn-out notepad paper stuck out. Radha gently unclasped his hand and took the paper out. It read

Deliver the box to:

Reverendo Padre Dominic Norman

The Round Church, Bridge Street

Cambridge, CB2 1U

Urgent: Must be delivered before the 6th of June 2004. May God be with you.

The sudden commotion at the entrance caught Radha's eye. The military police were already there looking at names from a list while interrogating them and searching their belongings. Though curious as to finding out what was in the box, she knew that she had to get away and get to her flight by midnight. She quickly took the duffel bag and rushed into the nurse's quarters. Making her way to her locker, she stuffed the white color bag into it, making sure that the box inside was handled gently. She threw a few of her change of clothes, scrubs, and white coats over the bag and covered it well for now. By the time she got back, what's left of Fr. Aharon had begun to grow cold. Radha motioned to the staff to cover him up and move him to the morgue while also instructing the hospital office to contact his church and inform them of his passing.

She joined her colleagues in the ER and helped the police too. In a couple of hours, she was done and ready to sign out. She met the chief of the hospital and also the head of nursing and thanked them for all the support before bidding adieu. They both assured her of a place on their permanent staff and also a teaching assignment if she were to come back. The chief also called and arranged for the Red Cross vehicle to drop her off at the airport in Tel Aviv, which was a 45 km drive away.

"Today's bound to be crazy out there. The Red Cross vehicle will ensure that you are not stopped and that you make it on time and checked in without hassle", said the chief, and Radha gave him a quick hug. The chief was a taskmaster, and he had to be to manage such a facility amidst all the volatility around. But at that moment Radha could see an affectionate twinkle in his eyes as he returned her hug and gave her a pat on the back as he said, "All the best, my child. Do well and God bless".

She quickly cleaned out her locker and slung the duffel bag across her shoulder as she made her way out through the staff entrance. She could see the military police still at it in the ER as she waved at the Red Cross vehicle and was glad to see Ariel at the wheel. Ariel was ex-military and has opted to work with the Red Cross on their war front/sensitive location missions. She had gone on many medical camps and emergency support missions with him and always felt safe with Ariel around.

"We will miss you dearly, Radha...," Ariel sighed as the vehicle made its way to her dorm.

"I will miss you and everyone here too, Ariel," she gave him a squeeze on his shoulder. "Will be back with my stuff in a jiffy, Ariel..."

"Yes, Radha... The sooner we get through the mayhem further to today's explosion, the better... "

Radha was glad that no one knew about her being on that bus that day and kept it as such. She nodded to Ariel and rushed up to her room. Everything was packed and ready to go, though she wanted to open the box that the priest had entrusted her with and check out what it held. But she saw 2 of her flatmates waiting to say goodbye, and they followed her into the room.

Radha packed the duffel bag and the rest of her stuff into a larger suitcase which she was to check in. She prayed that the box didn't hold anything that would get her stopped at the airport security scanner.

She said her goodbyes and rushed back to the vehicle, though not before pausing to give the room that was her home for the last couple of years a final look, and in those few seconds, the past two years flashed through her mind—the ups, the lows, and all that came in between. With moist eyes, she turned and walked towards the exit, wondering if she would ever return.

September 2003, Dirleton, Scotland—Mary & Joseph

In the outskirts of Edinburg was their farm and home. The farming village of Dirleton was just a 30-minute drive from Edinburgh, and it was picture-perfect. Their farm was named Eden. It was in the family for 3 generations since they had migrated to Scotland, and Joseph inherited it from his father to be the 4th generation to run the farm. Joseph and Mary were cousins, and their families had adjoining farms. A few acres with sheep, dairy, and barley, along with potatoes and strawberries, made up their cattle and crops. Towards the far side of the farm was a quaint little cottage where Joseph and Mary lived. Joseph was typically Scottish with rough edges and a big heart, while Mary was his blonde, petite beauty.

Mary was elated the day she found out that she was pregnant. They had wanted to have a child for a while now and had finally sought IVF sessions to help. Joseph had gone to the market to drop off some of the fresh produce, and she waited eagerly for his return to break the news. But he was late to return.

Mary met him at the yard as his truck pulled up. "What happened, Joseph? Is everything OK? You are never this late", she had asked.

Joseph was a disheveled mess as he got down shakily from the truck.

"Oh Mary... I almost had an accident on my way back... A speeding bus literally pushed me off the curb, and I lost control. I could feel the wheels on one side lift slightly and the truck about to topple on its side, but then it was as if someone held the truck firm and pulled the wheels back onto the ground. It feels like a miracle. "

"I think I know the reason for the miracle, Joseph," Mary said while hugging him tight. "It is our child to be born looking out for daddy."

Joseph's eyes flashed surprise and joy.

"Yes, Joseph, I am with child." Mary had moist eyes as she looked at her husband and kissed him deeply. They were so happy.

Mary's pregnancy had been an incredibly tough journey right from the start. The IVF process brought with it not only physical challenges—like severe nausea and unusual swelling—but also emotional trials, including bouts of deep depression. Yet all of that seemed to melt away when the doctor joyfully announced that she was expecting twins—a boy and a girl. In that moment, as Mary and Joseph held each other tightly, tears of joy flowed, reminding them that every struggle had led them to this beautiful gift.

Choosing the Royal Infirmary of Edinburgh, despite the long 45-minute drive, felt right to them. They had formed a supportive bond with Dr. John Winston and Sister Rosaline Dustin, who felt more like friends than just medical professionals. They even shared the much-anticipated due date: June 6, 2004.

However, in her eighth month, Mary faced a frightening health crisis when she had to be rushed to the ER struggling to breathe, her body turning shades of blue. In that moment of fear, her care team acted swiftly, stabilizing her with oxygen and medication, ensuring both she and her precious babies were safe.

"Am I going to die, Joseph?" She had sobbed at the time. Joseph was lost in a mess of panic and grief at the sight of Mary's suffering, and all he could do was hold her close and console her.

"You sure have 2 naughty ones in there, Mary. They seem to be fighting already", said Dr. John with a half-smile. "They will be quite the handful.".

He turned the ultrasound monitor to their side, and there they were, almost fully formed and with their backs against each other as if in anger after a tussle.

Mary smiled as she said, "They are surely going to be quite the handful, that I am sure."

She had no idea then as to how true her words would turn out to be.

January 30, 2004, Jerusalem, Etihad Flight from Tel Aviv and Kochi - Radha:

Radha breathed in relief. She was quite worried about the box she was carrying, oblivious to its content. Immigration and baggage check went smoothly, and she settled into her seat by the window. It was going to be a long flight with one stopover. Once they were airborne, she got herself a glass of wine to go along with the chicken and rice that was served as dinner. This done, she switched on an old Malayalam movie and soon drifted off to sleep, on her way home with no idea as to the precious cargo she was carrying that had the power to change the course of the world as we know it.

It was so good to be home. After the long flight and some much-needed sleep to brush off the jetlag, Radha sat down with her parents for a nice cup of chai and some delicious onion vadas.

"I sure did miss these, Amma."

"Eat more...You have become so thin and scrawny..." her mother mumbled with displeasure as she served 2 more onion vadas onto her already full plate.

The conversation slowly turned to financial matters, and a visit to the bank was planned for the next day. Radha went to unpack the rest of her stuff and suddenly remembered the box she was carrying. She took it out carefully and looked for a latch that would open it, but alas, couldn't find any. Her attempts to pry the box open went futile, and she stuck the address onto the box with tape and kept it away in her wardrobe shelf while making a mental note to get it to the nearby church at the earliest.

"Radhaaa...," her mom called out to her. She quickly closed the shelf and rushed to the kitchen to help her mom.

April 30, 2004, Kochi - Radha:

Trriiiinggg .....Trrrriiiinnnng

Radha woke up to the sound of the doorbell ringing incessantly. She glanced at the bedside clock and wondered, Who would this be at 7 am in the morning? She rushed to open the door only to realize that her mom had already done so.

"Hi, I am Ali Joudeh from Jerusalem. I would like to meet with Ms. Radha Devi, please", said the young man at the door. He looked to be in his mid-twenties, wore jeans with a T-shirt, and was tall, well-built, with a shaven head and a beard and mustache closely trimmed almost to stubble.

"I am Radha...," she answered while motioning him to come in and sit. Radha's mother went inside to get them some tea.

"Are you from the hospital?". Radha asked, trying to remember where she may have met him before.

"No, Radha... I come from the Church of the Holy Sepulchre, where generations of my family have been the guardians of the key to the church for hundreds of years. I received a text from Fr. Aharon before he passed away that said, The package to London is with Radha, who is heading to Kochi. Get the key to Fr. Norman in London by May. This was his message to me. We were all quite shaken by Fr. Aharon's sudden demise."

"Oh my God! I missed that completely", Radha exclaimed in angst. The entire settling back in and sorting out their loans, etc., had consumed her time so much that she had completely forgotten about the box and getting it to the address it was to reach.

"It is a matter of utmost urgency, Radha, and it needs to reach London as soon as possible. "

"My sincere apologies and I shall get it for you right away ", she said, getting up... "Though how did you find me, Ali?"

"It did take some doing, as I had to pull in some favors from the airline staff and immigration folks to track your details down after Fr. Norman had called me last month mentioning that there is no update regarding the package. It took me a bit of time to get your details, but here I am, finally."

Radha was almost at the door when Ali said, "Wait, Radha, you are a nurse, right? Maybe this really is God's will that Fr. Aharon passed the package on to you. Will you come with me to the UK to personally pass on the package and also stay on for a short-term assignment as assistant to the chief nurse at a hospital in Edinburgh, please? I do not have all the details, but all I know is that the highest echelons of the church, including the Pope, are involved, and it has to do with the destiny of the world we live in."

"But... I... This is all so sudden... I need to think about it and also ask my parent", Radha said with a confused look on her face.

"Oh, your assignment at the hospital would be a high-paying one, and all your paperwork will be done in a jiffy as the Vatican will take care of it. So, just say yes, and let us get to the UK."

Radha's father joined them as her mother brought tea and snacks for them. She introduced Ali as her colleague at the hospital in Jerusalem and quickly told them about the offer at the UK hospital, to which they agreed as a good option to pursue. She deliberately omitted the other details as it would warrant too many explanations.

A week later, Ali and Radha were on a British Airways flight to London with the box safely packed into Radha's check-in baggage.

May 7, 2004 – The Round Church, Cambridge, Ali and Radha:

Ali and Radha arrived by 11:30 am. They were led into the church through the north entrance and into the nave with a view of the chancel. They stood in awe of the Norman-styled architecture entwined with Victorian windows and a touch of Gothic that probably would have been built over or renovated. The stained glass windows had beautiful paintings adorning them and the double-arched columns held up the floor above and ultimately, the dome. The church was closed to outsiders for the day. Ali mentioned to Radha:

"The rotunda design of this church, which has a circular base and typically a domed roof, is the same as that of the Church of the Holy Sepulchre in Jerusalem...."

Another booming voice cut in to complete Ali's narrative.

"Absolutely right, and hence this church, known as the round church, also goes by the name _The Church of the Holy Sepulchre_, as it is inspired by the church in Jerusalem... You must be Ali, and this would be Radha?... I am Fr. Dominic Norman... Welcome to Cambridge, my dears... We have little time and a lot of work to do..."

Fr. Marie joined them as they took the box out of the bag. It was placed on the table that formed a part of the altar. The image of the risen Christ in his flowing royal robes and bejeweled crown looked solemnly down at them.

"Do hand the key over, Ali," Fr. Norman said, holding his hand out.

Ali handed him the original key to the church, a spare of which he had entrusted to his brother to open and close the church back home while he was away.

The key was made of iron, and it was shaped like a pointed head, the tip of which had a circular ring and its base, a square.

"But how do we open the box, and what is inside?" asked Radha inquisitively.

"Patience, my child ", came the reply from Fr. Marie as he stepped forward and knelt in prayer at the altar. Fr. Norman placed the ring on the key over the transparent gemstone on the box. It fit snug and tight around it. He too knelt in prayer. The clock was slowly ticking over to noon.

At the stroke of noon, sunlight that seeped in through the stained glass image formed a single sharp beam that emerged out of the jewel on Jesus Christ's crown and fell on the key ring and the gemstone. Folks in the room were transfixed in their positions, unable to believe or comprehend what was happening in front of their eyes. A second later, the key rotated a full circle, and the gemstone moved aside, leaving the inner dial with carved spokes exposed. The fluid inside vanished into thin air as the flat base of the key revealed a round hub and spoke dial.

Fr. Norman took the key with utmost reverence and held the base atop the space where the gemstone had just moved aside. He took his hands away, and the key stood in its position and gently moved on its own towards the space until it cozily settled in a perfect fit over it. The key was locked in, and the dial turned thrice to the right, twice to the left, and once to the right, and with a distinctive snap, the box popped open.

Everyone moved closer, albeit tentatively, to peek inside. The inside of the box was lined in fine red velvet, and in the slot at the center rested a knife with a golden handle and silver blade. The handle was round and in solid gold with two angels ready to take flight in an arched form on either side, facing opposite directions with their feet at the base of the handle and arms extended over the head, touching the other end. A round golden plate summed up the head of the handle, and it was as though the arms of the angels held it up in place. The arcs created around the central part provided a proper space to hold the knife. The blade gleamed in the sunlight, and both its edges were sharp. As it tapered down, vein-like markers appeared from midway of the blade and extended down to form pointed, nail-like protrusions with the central one piercing out of the tip. The protrusions were aligned in the shape of a cross.

"Wow... "Radha couldn't help but exclaim at the magnificence of what was unfolding in front of her.

"But what are those veins like nails on the knife? They seem quite unusual, and, well, not to mention the significance of the knife..." She couldn't hide her curiosity.

Fr. Norman smiled in relief and awe at what they had just witnessed.

"It is part of the will of God, my child, and you were chosen for a reason. What you brought to us is the 'Dagger of the Holy Crown,' and the nails like flanges are the thorns from the crown of Jesus when crucified and baptized by his own flesh and blood."

The words hung in the air in a cloud of silence.

May 10th, 2004, SoAC Church, Glasgow, Scotland

The high priest, Carl Chester, waited outside a muted stone building. It was sort of an extension to his mansion that was his ancestral property, spread across 3 acres on the outskirts of Glasgow. Carl was an entrepreneur and a billionaire and, to the followers of the church of the Servants of Anti-Christ, their high priest. The stone building was their main church in the UK.

A limousine pulled up to the building, and as it stopped, Sacha and Aron stepped out. Carl motioned for his butler and the driver to transfer the coffin from the trunk into the church. The interiors of the church were adorned with satanic symbols and artifacts, with the altar an almost exact replica of the one at Harlem, inclusive of the two-sided 6-foot bronze idol of Satan. The coffin was placed in front of the altar, and the help exited the church, closing the big doors behind them.

Sacha unlocked and opened the coffin. The body of a baby boy lay within. It was evident that the baby hadn't been dead for long. On top of the body lay a neatly folded black silk and satin cloak that had the golden inverted cross and the inverted golden pentagram imprinted on it.

Carl took the cloak and spread it on a tray over the table on the altar as Sacha and Aron placed the body on a small stand over the table. Carl took out a knife and carved three 6s on the body—one on each wrist and the third over its heart. Blood began oozing out of these cuts and soaking the cloak.

They raised their hands to Satan and chanted, "May this blood strengthen the Cloak of Evil".

June 5th, Saturday & 6th, Sunday, 2004, the Royal Infirmary of Edinburg, Scotland

Radha had been working at the Royal Infirmary of Edinburg for 2 weeks now. She was on a month's deputation from the Cambridge University Hospitals group. She was there at the behest of the church, and Ali had accompanied her and interned at the records office at the hospital. They were the cute new couple on the grounds, and there was indeed romance brewing between the couple; however, both were self-restrained in light of the magnitude of the responsibility at hand. They were briefed well, and it was just a matter of time now.

Mary was admitted in the morning, and all the preliminary tests were satisfactory. She was going to have twins, and the parents-to-be were excited. Fr. Norman had also taken Dr. John and Sister Rosaline into his confidence along with Ali and Radha. But there was an unexpected hiccup. One Dr. Wendy Howe was added to the team at the last moment. She was sent to intern in obstetrics with Dr. John, and the request, well more of an order, had come in from the higher echelons of management. They had heard that Carl Chester, part of the board of directors, had taken a personal interest in Dr. Wendy being assigned to the team. From the moment she joined, Dr. Wendy took a very obvious interest in Mary's case files, citing that she had a special interest as part of her research in IVF-related pregnancies and deliveries. But apart from fussing over Mary, she remained quite aloof from everyone. There was something not right about her is what Ali had told Radha.

Mary went into labor in the wee hours of the morning of June 6th. There were some unexpected complications, and Dr. John and his team were hard at work, ably assisted by Rosaline and Radha as part of the nursing staff. At the stroke of 6 am, the baby boy had come out, and he lay still, almost willingly refusing to utter a cry. Dr. Wendy was quick to take him and go through the immediate post-delivery procedures. Dr. John had a tough task at hand as the little baby girl was caught up in the umbilical cord and choking.

"Radha ... I need a hand here. Quick... ". Dr. John called out as he held the tiny girl at an angle, ensuring that she was not getting further entangled in the cord,

"The chord was in the normal position, and there was no indication of a nuchal chord during the pre-delivery scans, and this is almost like someone had put a noose around the baby's neck with the chord... but who... and well, no one was in there except the boy... but even the thought is ridiculous, as these are just about to be born babies, right..."Dr. John was mumbling to himself in disbelief while trying to dismiss the ridiculous possibility that popped up in his mind. But then, all his years of experience told him to not distrust his instinct and diagnosis. The job at hand was to save the baby girl.

Dr. John couldn't help but smile as Radha already had the clamps set to be placed based on his nod to go ahead. She was really good at her job, and it was great to have her as part of the team. With the clamps in place, he quickly cut through the cord and then sutured. He looked for Dr. Wendy to close up, but she was still away with the boy, and so he went ahead with the final procedure.

In an adjacent post-op recovery room, Dr. Wendy was carefully examining the newborn boy. He was silent, but his dark, piercing eyes stared at her, and that sent an involuntary chill down her spine. The temperature in the room felt as if it had dropped by a few degrees.

Dr. Wendy noted the details of his birth in the logbook.

Baby boy

Time and date of birth: 6:00 AM, 06-06-2004

She was looking for something specific on him—a mark that needed to be reported back along with other details. A careful examination of his scalp beneath the unusually thick mop of hair for a newborn yielded nothing. She checked his entire body and found only a dark circular mark on his lower abdomen, just above his genitals. Exasperated, she was about to report back when she heard what sounded like a growl. It was the first sound to come from the child and felt more beastlike than the cry of a newborn. Biting down the fear that engulfed her, she slowly bent down to examine the inside of his mouth. His tongue darted out, forked and serpent-like, before reverting back to a human form. She pulled back instinctively but continued to check thoroughly. Finally, on the underside of his tongue, she found the mark. It was difficult to spot and even harder to decipher. She quickly snapped a picture with her phone and zoomed in for a closer look. What initially appeared to be a few crisscross scratches from the tip of a knife took the form of a club's sign from a playing card, though it was rough around the edges, inverted, and lacking the dark filling. She realized, with a mix of joy and fear, that she had found the sign of confirmation on him—666.

She sent a text message to Carl Chester: "Our master has arrived."

Back in the labor room, Dr. John held a beautiful baby girl in his arms. He gently patted her, and she whimpered before opening her eyes wide and smiling at him, instantly brightening the room. The dark, drizzly morning gave way to sunshine and a beautiful rainbow visible from the window. Everyone in the room felt an inexplicable sense of peace and joy. Radha took the baby and began to clean and wrap her in a cozy blanket, unable to take her eyes off the little girl. The baby lay in Radha's arms, smiling. All the effort was worth it, Radha thought to herself, fully aware that this was just the beginning and that she and Ali were the baby's first line of protection. Once all procedures were complete, they transferred Mary to the recovery area, where two cribs were placed, one on either side of her. Dr. Wendy stood beside the crib with the baby boy, while Radha stood by the crib with the baby girl. Ali entered the room with a smile.

"Congrats Mr. and Mrs. Joseph... Do we have names for the little one yet? If so, I can start on the paperwork."

Mary beamed and replied, "Yes, we do... The boy is Samuel, and the girl is Sarah..."

"Very well... so it shall be..." Ali replied while making a note on the forms on his clipboard, which he got signed duly by Mary and Joseph.

He paused on his way out to take a look at Mary, the mother flanked by darkness on one side and sunshine on the other, but little did she know. It has begun, he thought with a shudder. He gave Radha a wry smile that was returned with a nervous one from her and walked out of the room to the records section to enter the details of the birth.

Owing to the complications during labor, Mary was advised to stay in the hospital for a week. Reasons unknown to Joseph and Mary also played a significant part in this.

There were arched, semi-moon windows on either side of the recovery room with its glass panels closed and frilled curtains drawn over it. Outside on the windowsill on the side where Samuel's crib was, sat a sinister-looking crow. It was larger than the usual crow with hypnotic evil eyes and a razor-sharp beak. It peered inside and watched the child unblinkingly. In the crib, Samuel turned his head towards the window and made a sharp squealing sound. Only the crow could hear—"Hello ", Aba..." "—as a hiss within the child's squeal, and it turned and bowed its head in reverence. Meanwhile, on the window sill opposite, by Sarah's side of the room, perched an eagle, its eyes alert and darting and wings spreading often in a sign of protectiveness. It let out a low wonk that Sarah "heard—'Malakh is here, dear one...". Sarah turned and gave an angelic smile.

June 6th was a busy day for many, and their attention fluttered around the Royal Infirmary. Two separate groups congregated and set up camp in two distinct parts of the Infirmary. It was surprising that they did not run into each other. But Ali had a watchful eye over all that was happening. He had wisely befriended Andrew Tay, the chief of security at the hospital, and had made it a habit to take breaks together and also visit him in his office often. Andrew was a burly ex-army man with a rough demeanor, though he had taken to Ali quite quickly, and they were good buddies now. Andrew's room had a wall clustered with screens on which CCTV footage of the premises—both inside and outside of the hospital—was beamed in real-time.

The quiet hustle and bustle were around the visiting consultant's bungalow, known as Woodside, on the southern side, and the ancient chapel that stood proudly at the northeastern part of the hospital grounds.

Sunday, June 6th, 2004, the hospital chapel, the Royal Infirmary of Edinburg, Scotland

"They have a visiting priest on Sundays. He has finished today's Sunday mass and left, so the chapel is all ours," Fr. Norman said pleasantly to Fr. Jean-Marie, Radha, and Ali as he led them into the hospital chapel. It portrayed history and a timeless charm with the Gothic architectural style combined with additions across decades and centuries that left imprints of the times. The amalgamation rendered the chapel a place of awe, quaint comfort, and of warmth from divinity; from echoes of prayers and from hundreds of years. It felt just the right place to welcome the daughter of Jesus for her baptism.

"We shall conduct the baptism on the 8th of June, Tuesday. Let it be a quiet ceremony in the morning.", Fr. Norman went on to explain that the Pope was personally overseeing everything.

"The Pope called me earlier in the day. He is not traveling here by himself to draw undue attention, but he will lead the ceremony over a video conference. According to biblical numerology, the number 8 means a new beginning, and it denotes a new order or creation. And above all, it is associated with the second coming in the Bible and hence will be most apt for Sarah's baptism. "

Ali and Radha exchanged nervous glances. The fate of the world was unfolding at close quarters, and they were playing an active part in it. The enormity of the responsibility was daunting, but then, they were alreadyparticipants in the ongoings.

Fr. Jean-Marie chimed in, "Ali, we would need your help in setting up the video facility to connect to the Vatican. Also, the Pope has sent over the baptismal font to serve as the receptacle and liters of holy water after special prayers in the Sistine Chapel. It will arrive at the airport via private plane this evening. Can you receive it and bring it to this chapel, Ali... Thank you.

"Of course, all necessary arrangements will be made. Shall take the details of the arrival from you and collect the items". Ali replied.

"Something is going on at the bungalow on the south side of the hospital. Ali got him and me assigned as help, and we could see that they were preparing for some event. We helped carry a few boxes to a study, and I cleaned the place up. Is it something to be worried about?", Radha had to ask, as it had been bothering her all morning.

"I am sure they are preparing for the satanic baptism of the boy—Samuel. It should happen on the 9th—Wednesday, I think, as the 9th Psalm predicts the coming of the antichrist. It is post this ritual that the boy will have the antichrist's powers that can pose a grave danger to Sarah and also destroy the world in due course of time. The dagger of the crown must pierce his heart before the satanic baptism is complete, or else we are all in deep trouble. Keep a close eye on the ongoings there, and we will make our plans accordingly. Meanwhile, it is all the more important to shield Sarah's mortal being and elevate and empower her divinity with the holy baptism." Fr. Norman took a swig of water from the bottle as if to compose himself after what he had just shared with the group. He raised his arms to the skies in prayer.

June 6th, 2004, Woodside bungalow, the Royal Infirmary of Edinburg, Scotland

Since Dr. Wendy's affirmation message, there has been a flurry of activity at the Woodside bungalow. Carl Chester had blocked the entire bungalow, and Sacha and Aron arrived before noon under the guise of visiting doctors. They had a few people who helped them move some crates to the study room before leaving the three to themselves. The sky was ominously dark, and the rumbling of thunder was like the low growl of a beast ready to strike. A flash of lightning split the skies as a gust of wind hit hard against the French windows of the study in the bungalow. *Shwoooooosshhhh...* The wind hummed in pushing open the windows and bathing the folks inside in a blanket of chill.

"Let me close the windows." Sacha moved swiftly to do so and exclaimed,

"Even the weather is turning dark to welcome the prince of darkness."

"We have a fair bit of work to do before we dial in Spencer", Chester said as he opened one of the cartons. He continued:

"I have asked Andrew, our head of security, to send us a couple of trusted folks to help. They should be here soon... Let them set the room up, and we shall add the ritualistic elements ourselves later. And before all that, let us call Spencer to confirm the date and time.

The others nodded.

"As the clock ticks over just past midnight to the 9th Wednesday... That is when the boy shall meet his father's messenger in ritual. Prepare well for it, as I foresee dangers", Spencer was animated on the video call, and his voice was unusually edgy.

"We will be careful, and the preparation details will not be overlooked," Chester replied confidently as Spencer's anxious visage faded from the screen, ending the call.

Trriiinnggg .... The doorbell rang loudly, and Sacha went to check. He came back and informed the others that the help was here to assist.

Ali and Radha were to spend a few hours daily for the next 2 days helping to clean and organize the study for some special prayer and celebration as it appeared. They were not given specifics and didn't ask for them, either. This would help in gaining the trust of the folks in the bungalow, which was essential to carry out the tasks that Ali and Radha had of their own.

Tuesday, June 8th, 2004, the hospital chapel, the Royal Infirmary of Edinburg, Scotland

It was intentionally low-key. The chapel stood shuttered for a few hours, with a sign warning that maintenance and cleaning were underway, though at 7:00 am, foot traffic was scarce. Dr. John had advised getting little Sarah ready for some morning tests, so no one thought twice as Radha gently carried her out of the room at 6:45 am. A soft flutter of wings announced Malakh's watchful presence, trailing closely by the windows to keep the baby in sight. Taking the lift to the examination room on the ground floor, Radha felt Dr. Wendy's curious gaze follow her to the door. Dr. John ushered them in before closing it behind them. Radha slipped through a side exit that led to the lawn, where the steps of the chapel awaited. The first rays of sun beamed down as she draped her shawl over Sarah, shielding her from sunlight and prying eyes. In that moment of shade, Radha glanced up to see Malakh gliding protectively, its wings spread wide. The creature's steely gaze softened into joy and admiration as Sarah smiled, basking in the warmth of its safeguarding presence.

Entering the chapel, it felt quite bare for the occasion at hand. This had to be kept low-key as instructed by the Pope himself. A big screen had been set up towards the left of the altar, and Ali had made sure regarding all the necessary arrangements for access to video conference with the Pope. The items blessed and sent from the Vatican had also been arranged as needed in front of the altar.

They had expected disruptions and threats to the ceremony and feared for Sarah, but all was quiet. They were too focused on the satanic baptism and possibly thought that they had time at hand to deal with Sarah later, once the son of Satan was consecrated with his evil powers. Yet, as a precaution, Ali had hooked up the security camera feeds onto another large screen placed slightly away from the altar and monitored closely by Ali.

The Pope was already online and stood up in reverence as Radha placed the baby on a raised cushioned platform in front of the altar. Dr. John had also been called to be a part of this special occasion, and he had quietly made his way to the front pew of the chapel and stood there mesmerized. The Pope made the sign of the cross, and Fr. Norman did the same on Sarah's forehead. A lot of the usual steps were not necessary as the child was divine. The prayers were chanted, and the priests sought the child's permission to be baptized. A smile from Sarah and they had their consent. The box containing the dagger of the holy crown was also placed beside the child for divine blessings. As the priests raised the chalice with holy water for the first time, there was a flutter of wings. Malakh perched by the feet of the baby girl, and the colored glass panes behind the altar with the image of Jesus in blessing parted, and a large white dove flew in to settle beside her head. The priests remembered the Bible verse—behold, the heavens were opened to him (her, in this case), and the spirit of God descended.

The Pope guided the ceremony, and Fr. Norman performed the ceremony. Three gentle little pours from the chalice over Sarah's forehead to flow onto her head were done with utmost care as the prayers were chanted. Radha and Ali said their own little prayer in their minds as they stood with hands cupped—one had them folded while the other had them open. They felt closest to being godparents to Sarah, as it had been destined for them to protect and care for her even before her birth.

"We must not alert anyone. Let us take her back to the room before people start asking about her", Dr. John said in a hushed voice as Radha picked Sarah up.

"You both also need to prepare for tonight. It will be dangerous, and a lot depends on how tonight goes", the Pope said while wishing them well and proceeded to disconnect the line. The priests nodded solemnly, handing Radha and Ali the box containing the dagger, along with vials of holy water and blessed crosses. They slipped into the shadows, weaving through the dimly lit corridors of the hospital block.

Suddenly, an ominous caw pierced the silence, and they looked up to see a massive black crow gliding low, its eyes sharp as obsidian. Without warning, it released a fiery sphere that hurtled toward Sarah. Radha and Ali instinctively shielded her, but the flame pursued relentlessly, a menacing force ready to strike.

In an unexpected twist, Malakh's enormous wings cast a protective shadow as he surged into action, deftly dismantling the fireball with an elegant flap. Yet, the creature was wounded—charred feathers fell as Malakh landed heavily near the hospital's doorway.

Sarah gasped, her tiny hand reaching out toward the majestic eagle. With a gentle touch, she healed his wound, and their eyes met in a moment of unspoken gratitude. Malakh, revived, soared into the night, scanning for lingering danger. It was a paradox; Sarah's baptism intertwined her mortal essence with divinity, while Samuel awaited his dark empowerment from a sinister rite.

Tonight's mission was charged with a deeper urgency, shadowed by an impending threat.

The rest of the day was quiet, but they knew it was the calm before the storm. Radha and Ali went back to the Woodside bungalow as were asked in the afternoon to help around for a special prayer as they were told. They did some planning and setting up of their own and would be ready for tonight.

June 8th, 2004, Woodside bungalow, the Royal Infirmary of Edinburg, Scotland

It was nearing 11:15 pm, and the study had been transformed into an altar. Satan's bronze statue, the inverted cross, and the golden pentagrams were all set at the altar, and a raised pulpit was set up in front of it with the cloak of evil spread over it to perform the ceremony. It was a miniature replica of their main church, as the event at hand was of supreme importance. Carl Chester was to lead the ceremony as instructed by Spencer, with Sacha and Aron at hand to support. There were to be none else. But the Vatican, Ali, and Radha had other plans.

Ali had never returned from the house and had hidden himself in the attic. He had the box with the dagger of the crown with him. It was the only weapon that could eliminate the son of Satan. He also had a crossbow with a customized arrowhead that could fit the dagger. The crossbow and arrowhead were custom-made in France by a famous bowyer called Philippe le Bel, and it was a modern adaptation of the windlass crossbow from the 16th century that was known to pierce through the toughest of armors.

Philippe was the best in the business, and Ali, being an expert arbalest, had a good rapport with him. He was covert when it came to requests from the church and had done a few for Ali's arsenal at the church of the Holy Sepulchre as its guardian. Ali had sent detailed pictures of the dagger's handle, and Philippe had provided 3 arrowheads that could fit it perfectly as the quarrel unit. He chuckled to himself, thinking that in the 1600s, the pope forbade the use of this weapon nicknamed 'the devil's weapon' among Christians, and now, that very weapon would be instrumental in annihilating the prince of darkness.

The three high priests were in the study in their flowing black robes and black metal masks that covered the upper part of the face and stopped just above the mouth. Their eyes peered out intently through the hollow sockets in the mask.

"They are supposed to be here by now," said Chester, glancing at his watch.

Meanwhile, in the room, Samuel opened his eyes wide with Wendy looking over him from a tentative distance

She had earlier slipped a couple of powdered sleeping pills into Joseph's and Mary's soup that they had for dinner and could see them fast asleep already under its effect.

From the window, a set of intense, dark, black eyes peered in. Soon they floated towards Sam's window ledge.

Sam was sitting up in bed, the covers up to his chest. His eyes peered out into the darkness through the open window as if in anticipation. The piercing dark eyes appeared outside the window, staring intently at Sam. Sam smiled as the rest of it was revealed in the shallow bed lamp light. The black beak followed by Aba...

"You are finally here.". Sam exclaimed with the semblance of a smile as Aba flew into the room and sat atop the bedside table. "Caaw Caaw," Sam growled in greeting.

"It's time, Sam. You need to do what you were sent here for".

"Yes, Aba... I was waiting for you", said Sam in a gurgling hiss.

Aba hovered by the bed as a dark cloak formed around him and hung to the floor, its hood pulled over the narrow head as the beak protruded out. The beak opened to drip droplets of blood onto the floor.

Dr. Wendy carried Sam out of the bed and made her way stealthily to the Woodside Bungalow. As she opened the door and entered, she could see the cloak floating through the air in front of them with the head of the crow peeking out menacingly as it moved. The high priests bowed, and so did Spencer, who was on a video call projected onto the wall, creating an eerie presence. Wendy laid the child on the cloak of evil and receded to a corner. Her work was done for now.

Unknown to them, Radha entered the house with Sarah through an unlocked kitchen door. Shadows danced in the dim light as they ascended to the first floor, where Ali awaited, tension palpable in the air thick with dampness and darkness. They welcomed the loud recorded satanic chants echoing through the halls, drowning out their own breaths.

From his vantage point, Ali prepared for a single, crucial shot when the child would be lifted for the ritual. Sarah's touch on the obsidian dagger was essential to pierce the heart of the child of darkness before he gained absolute power in the impending black mass.

As the flickering candlelight revealed grotesque figures, Sarah huddled closer to Radha, her eyes wide with terror. They wore masks resembling the high priests, cloaked in like shadows, while Malakh, an eagle, perched nearby, observing with an unsettling awareness. The air crackled with dark energy, drawing them deeper into the night's sinister embrace.

From the temporary satanic church in the study, the chants grew louder. Aba hovered near the altar as Sacha poured a vial of a virgin's menstrual blood into the font. Aba opened his beak and let 6 droplets of blood fall from his mouth into the font. As these droplets fell in, the entire contents of the font frothed and bubbled up in a boil before settling down. Samuel stared intensely at the ongoing and shifted a bit uneasily. He felt a divinity at close proximity whereas he was waiting to feel the Devil's touch. The ceremony would heighten his senses and strengths, and then no divine power would stand a chance.

Chester carried Sam, wrapped in the cloak of evil, and placed him at the idol's feet.

"To thee, lord, I submit your son," he said while doing so, and the others repeated after him.

"With your blood, he shall rise and rule.".

Thunder roared outside, and lightning flashed as it began to rain heavily. Samuel sat up, his back pressed to the idol's feet and facing the gathering. He raised his hands.

"I am ready...," he hissed with a forked tongue darting out. Samuel's size and form had changed to one of a half-beast and half-human version with a goat's head, fangs with a serpent-like tongue, small horns, and a sharp tail on a lean 6-year-old boy's torso. He glanced at Aba, who nodded and bowed his head before picking up the golden chalice that was sent in by Spencer with his beak. He dipped it in the font and flew over to the idol. Aba poured the blood from the chalice onto the left hand of Satan's idol, from where it dripped down through the two fingers pointed downwards and onto Samuel's head and face. Samuel darted his tongue out and gleefully tasted the first drops of blood that were initiating him.

"Laud the sins and lead more to the ways of perdition..." Chester said the first blessing and the others echoed it.

Two more to go, and the ceremony would be complete. Samuel had already sprung an eerie dark halo around him that was getting stronger with each drop of blood bathing him, signifying the gaining in strength of his dark powers.

From their hiding place behind an oak desk on the first floor, Ali, Radha, Sarah, and Malakh were all peering out at the rituals performed. Ali realized that this was his chance, as neither Samuel nor Aba were to move away from the altar till all three consecrations were complete.

"Now, Ali..." Radha whispered as if reading his mind.

Ali took the arrow with the 'dagger of the crown' fitted onto its head. Sarah reached out and touched the handle of the dagger for just a second in a silent blessing for what it had to do.

Ali placed the arrow on and spanned the crossbow into its ready-to-shoot position. He zeroed in on Samuel's heart with the viewfinder and was all set.

Meanwhile, Aba had dipped the chalice in the font for the second time and was tilting it over Samuel as Chester lifted his arms to Satan and said,

"Embrace Satan, your father, and our master..."

Swoosh... The arrow flew through the air and straight at Samuel.

Samuel and Aba saw it at the same time but were transfixed to their spots. At that moment, the 'cloak of evil' came out and hung in the air like a stiff armor on which the tip of the dagger collided, thus arresting its progress. Both the cloak and the dagger remained suspended midair and at odds. A flame of fire emanated from the point of impact, and it burned bright as a ring above them from which a bluish hue transcended to encircle the objects in contact as well as Samuel and Aba in a circular force-field fence.

The high priests of SoAC present lunged forward to help the son of their master but were thrown back as soon as they tried to breach the hue of blue. The two ancient relics coming into contact created a space where no human could enter.

"Aba... Complete the ceremony, and then, blessed with the powers of Satan, Samuel can handle the rest. Do not let anything impede the rituals", Spencer called out from the video call as Aba moved to dip the chalice in the font for the third and last time.

Somewhere in the middle of anger and despair, Ali let out a grunt. "We have failed, Radha... All these months of preparation, we have let the church, the lord's child, and his will, all be compromised."

"Look at the force field. I don't think we can go into that and physically help push the dagger through either...", Radha was lost for ideas to salvage the situation.

A few seconds more the ritual would be complete, and Samuel would be unstoppable, and the world was sure to be a much darker place as he bids to take over in the name of the devil.

Malakh had suddenly taken flight and hovered above the ring of fire. To their surprise and shock, Sarah was perched on top of Malakh. Ali clasped his hand over Radha's mouth just in time to stifle her scream and thus avoid them being detected.

Sarah clutched onto Malakh's back and whispered something in the majestic eagle's ear. The eagle obliged and opened its beak slightly. Sarah ran her index finger over the crooked and pointed edge of Malakh's beak, and a line of pearly crimson appeared on her finger. She pointed the finger down, and the drops of blood fell onto the blade of the dagger. The dagger shone a bright orange as the droplets from the bloodline of Jesus Christ rechristened it. The orange turned intense, and flames appeared on the blade as it burnt through the cloak and propelled forward. Just as Aba was about to chant the last blessing, a flaming 'dagger of the crown' pierced Samuel's heart and embedded itself till the handle, impaling him to the idol's base.

The beast child let out a scream and tried to pull out the dagger, but the holy flames spread through his chest. In a moment, his entire form was in flames, and it also engulfed the idol of Satan. The idol of the father and the body of the son disintegrated into dark soot in a matter of moments. Aba tried to douse the fire and protect the child, but the blade cut into his wing as the blaze burnt his feathers. He fell to the floor. Malakh swooped down and, with his claws, threw Aba into the fire that was subsiding, and in one last spurt, it feasted on Aba as he too turned into dust. Malakh eased himself onto the center of the room as the ring of fire subsided and the blue aura of the force field vanished. The high priests and Wendy made a hasty exit from the room as all had been lost, and they feared as to what could be their fate. Ali came down and gathered the dagger from amidst the ashes as Radha eased Sarah off Malakh and into her arms. She could see that her finger did not have the laceration anymore. Together, they made their way back to the hospital. As they did, a gust of wind cleared the ashes on the floor and deposited them in a heap outside. Ali shoveled this into a large urn and carried it to be buried under the cross near the chapel as Radha took Sarah back to the hospital room.

Fr. Norman was waiting near the church and was elated to see Ali. He hugged Ali in relief knowing that their mission was successful. He helped Ali place the urn near the large cross just outside the entry to the chapel, and Ali dug a pit in front of it. Fr. Norman said the prayers, sprinkled the urn with holy water, and also placed a silver cross on the mouth of the urn before sealing it with a white robe with the holy cross imprinted on it and fixing a metal cap on top of it. He sprinkled more holy water onto the freshly dug pit and placed the urn inside as Ali started to shovel mud over it to cover and bury it. Ali also handed over the 'dagger of the crown' to Fr. Norman, who placed it at the feet of Jesus inside the church before washing it with holy water and returning it to its box. It would be sent back to the Vatican for safekeeping.

Back at the hospital, Radha gently placed Sarah in her crib as Mary and Joseph slept in drugged slumber.

June 9th, 2004, the Royal Infirmary of Edinburgh, Scotland

Dr. Wendy came in to face a groggy Joseph and Mary.

She said, "We are so sorry. Samuel passed away last night owing to severe infections and complications that followed. Our pathology tests confirmed that he had a deadly virus that could infect many and start a pandemic should his body be exposed or be in contact with others. Hence, based on a collective call from the board and senior doctors of the hospital, we had to cremate the body. We regret this, but it had to be done."

The parents sat in silence as Wendy glared at Sarah for a minute before turning to walk out of the room. Joseph was shaking and in tears while Mary just sat in stunned silence.

The following days would witness a drastic deterioration in their mental state, leading to their transfer to the psychiatry ward of the hospital. In a rare moment of clarity, Mary asked Radha to adopt Sarah and care for her, a request

Radha gladly accepted. In the presence of Dr. John and Ali, Mary signed the consent form, sealing the promise of a new beginning for her daughter.

Dr. Wendy had resigned from the hospital, and Radha planned to return to her hometown in Kerala with Sarah once the adoption formalities were completed. Ali would shuttle between his duties at the church and Kerala, his heart set on asking Radha to marry him, but he chose to wait until she was settled. Despite the unspoken nature of their feelings, they both yearned for the same future together. The Vatican supported their plans, preferring to keep Sarah's upbringing as low-key as possible, believing the dangers surrounding her were still far from over.

6:00 AM, 6th June 2004, Near Palolem Beach, Goa, India

Mary D'cruz had been in labor for an hour. A prostitute living with her pimp and boyfriend, Joseph D'mello, Mary was uncertain if the child was truly his. Their residence was a shabby two-bedroom outhouse behind the dimly lit pub they ran, known as 'The Old Serpent.' Only Mary's sister, Wendy, a nurse, was aware of the pregnancy and had committed to supporting her throughout the last trimester.

At precisely 6:00 AM, the baby arrived—a boy. Joseph lay oblivious on the living room couch, lost in a drunken stupor. The newborn was eerily silent, not even emitting a whimper. Concern gnawed at Mary, but Wendy reassured her that the baby boy was perfectly fine. As she whisked him away to clean and wrap him, an unsettling sensation gripped her as the child's sharp, piercing dark eyes bore into her, emanating a coldness that sent chills through the sultry Goan air.

Wendy tenderly wiped the baby's head, her fingers brushing against an unusual texture hidden beneath a thick mop of hair. Parting the strands, she switched on her mobile's torch, gasping in a mix of fear and relief as she discovered scratchy scribbles on his scalp—three intertwined sixes.

Quickly switching off the torch, she dialed a number, hearing only the answering machine: "Hello, you have reached Spencer Roman. Do leave a message at the beep, and I will get back to you..."

Beep.

"The son of darkness has arrived..." she whispered before disconnecting.

From the bedroom, Mary's voice broke through. "We shall call him Samuel."

Dark clouds rolled ominously over the ocean as thunder rumbled in the distance, signaling the brewing of an unsettling storm. A large black crow flapped its wings and perched on the window sill nearby, bowing its head slightly. The child acknowledged the crow's gesture and croaked softly.

"I am here, Aba..."

At that moment, the storm was not just of nature but of fate itself, weaving a tapestry of destiny that had only just begun to unfold.

Legacy

Rohit Vikram

The weightlessness and fear gripped me while I was falling. Transcends to the bone-slicing chill of the evening Baltic Sea. Then engulfed by the eerie silence of being under. You might be wondering how I got here.

It all started with following my ambition of breathing new life into places that needed it. I am a successful entrepreneur in the telecom industry. And following my path, the new life turned out to be 4g infrastructure. And the place that needed it was Ethiopia. To learn about the ecosystem, I often visited Addis Ababa. I met with industry leaders, politicians and even community leaders who were begging for better communication in their country. Soon, it had become a second home. I responded to the government Request For Proposal (RFP). I proved that we can bring in the technology, and expertise and even arrange the logistics for a fraction of the cost they'll be able to. Everyone was impressed and it was a win-win!

As the cogs of the machine were turning, there were a few geopolitical volatilities that threw wrenches in the gears. Rival political and religious factions fought over territory and made implementing our plan almost suicide. But the resourceful do find a way forward. With the protection of local law enforcement, we eventually started our work in these troubled areas. Though it chugged forward a few weeks, there emerged rumours and accusations of our operations stealing the people of their prosperity and livelihood.

Tensions arose as these whispers festered in the minds of the people. Soon the police chief informed me that they received intelligence about a possible attempt on my life. A man called 'genen', which meant 'demon' in Amharic, was after my head. I initially took it as an urban legend and brushed it off. But I could soon sense my every movement being watched. So many different sets of eyes spearing me with the same intent - "KILL".

I might have stayed and faced it if only my life was at stake. Fearing the safety of my family, I whisked them away to Stockholm. In the guise of a cruise holiday, I kept them oceans away from the hornet's nest I rattled. Even on the ship, my nerves were unusually rattled. I was always looking over my shoulder, never able to relax. I have faced many crises before, why am I so worried? I walked out to the deck to get some fresh air. As I was looking out to sea, a tap on my shoulder startled me. "Honey, are you ok? You have not seen yourself since you came back. What is wrong?!?" Without being able to hide my anxiety I say, "I'm worried if I have bitten off more than I can chew, that I have hurt people!!" She replies: "You have worked so hard and smart to elevate others' lives, nothing will happen to you. Now come inside, I haven't had enough of you yet". With a grin on my face, I reply, "ok, fine, I'm sorry, go get ready, I'll be with you in a minute". I calm down, thinking positively as I watch her walk away.

A sense of relief and hope washes over me. As I hold the railing and walk beside the fence, options to make everything better seep into my mind. As I contemplate these thoughts and look down, my shoelaces were united. I put the leg that needs attention onto the fence to tie it. While in that position, a big wave slams against the cruise ship, I lose my balance and fall over.

In my isolation, which felt way longer than it was, I got some unexpected clarity. A montage of the events so far flushes my mind. At that moment I knew what I needed to do, kinda!! When I regained my worldly senses, my lungs were screaming for air. I claw for the surface of the water. As my head plunges out and I gasp in the air, I shout, "Help, *cough cough* Help!!" Luckily, someone noticed soon enough. They started shouting "Man overboard, man overboard". He runs along the deck, unties a lifebuoy and throws it into the water. I rushedly swim towards it as it lands in the vicinity and grab on for dear life!

Some of the crew helped me get back on the cruise ship. The paramedics, first officer, and even the captain had come to check on me. Though I went through the motions, I was not fully present there. I earnestly thanked them and barely nodded to their queries. My mind was busy formulating the next steps! I was brought out of my trance by the ever-loving voice of my wife, "OMG!!! Honeyy!! What happened to you?!? Are you Alright?!?". I raise my gaze to meet hers. The worry in her face dissipates when she recognises the look on my face. A slow sure smile slithers onto my face; "Yea... Yea.... I feel pretty good actually!!"

I checked in with one of my allies first, the police chief of Addis Ababa for any useful intel. I learnt that there is a call of congregation for peace by the Ethiopian Orthodox

Tewahedo Church. It is to be televised. It occurs in three weeks. The perfect opportunity to strike. I need to infiltrate this event. I used the underground connections I made over the years to procure fake documents that made up a whole backstory; passport, employee ID card, voter ID and even a medical certificate. Also arranged discrete transport to the venue by the local law enforcement, with the help of the police chief. With other local contacts, I found out the best window to act and had them set up all the arsenal where I needed it.

As I planned my infiltration, my research told me that a lot of Ethiopians migrate to the Middle East. I decided to mask my ingress as someone returning home. To lose myself in the crowd, I chose to fly to Addis Ababa from Dubai. With my dark skin, it would be the perfect route to blend in with the traffic. I dressed as inconspicuously as possible, with black shoes, blue jeans, a black tee, a grey hoodie, sunglasses and a face mask. I got through immigration and security with my doctored documents and pretended to be sick and coughing often. At Bole International Airport, two police officers in civilian attire picked me up in an unmarked car and escorted me to the venue.

When I reach the event, I hear a speech being made by a male voice. With my limited knowledge of Amharic, I could grasp that they were talking about the need for peace and cooperation among the communities, to live without death and fear. As I blended with the crowd, I realised that many of the prominent religious and political leaders were given a chance to address the concerns of their community. They were expressing what they needed to open a dialogue for peace. I wait patiently mingled in the crowd for my cue. After what seemed like an eternity, all of the orations were done. They were about to conclude the event with a closing summary. This is it!!!

Anticipating the opportunity, I had shimmied my way through the large crowd. I see my target in front of me. It is now or never!! As I approach, I see everything that I had asked for being brought up where I wanted it. On the stage, I see two mics, one for myself and another for the Amharic translator I requested. As I walk onto the stage and step up to mine, I nod to my counterpart and remove my glasses, mask and hood!!!

"People of Ethiopia, I am the man who sought to bring the gift of communication to this country" I hear my voice echo through the speakers and wait for the translator to resonate after me, then everything else falls into a rhythm!!

"I know most of you see me as the enemy, that I am here to steal your livelihood" *translator* "but believe me, my intentions are far from that" *translator* "I have first-hand seen the benefits of good communication" *translator* "I have spent my life spreading it to lands that do not have it even in my own country". As he repeats this line, I am fervently hoping that my words are not distorted in interpretation, or worse, be framed; no room for fear now! "It saves you from tragedies you never thought you could escape" *translator* "for keeping in constant touch with your distant loved ones..." *translator* "to speak out in unison against the injustices you face" *translator* "getting immediate help of a doctor for the sick ones..." *translator* "getting quick information of natural calamities..."

translator "knowing about the weather to protect your crops...." *translator* "and so much more, only limited by your imagination and creativity...." *translator* I put my elbows on the podium, clasp my hand together and beg "please let me raise this country and its beautiful people above their strife" *translator*.

That was all I had!! There is a momentary silence from the crowd, then a few clap hesitantly in a few seconds. I have done what I have come for, I need to leave before I'm a target again. In my anxiety, I see the police chief motioning me to follow him. As he quickly escorts me off the stage, an imposing figure authoritatively halts me. He was dressed in ornate Christian garbs with a mitre on his head. "I am Archbishop Bartholomew, Patriarch of the Ethiopian Orthodox Tewahedo Church". He waits for a reaction from me that never comes. He continues; "I am more than a religious leader in these parts; responsibility of political negotiations and counsel fall upon me". "I too like most believed you a sinister man, I might have had a hand on that bounty on your head...." I do not flinch. "But I see now that you are an earnest man, and that our people can use you. I shall support you, but will you swear allegiance to me?" Staring him right in the eyes, I say "If I am to help anyone, I help everyone!!!". He takes a long pause looking inquisitively at my face. He soon nods and says "That is acceptable, I shall assure your safety!! We will follow your every action very carefully!!". Another slow and sure smile slithers onto my face; "Watch me!!", and I slowly walk away keeping my gaze on him as long as I can.

As I follow the police chief, a sense of satisfaction and achievement washes over me. This is the story of me being a badass. I did not draw blood or conquer any land, but convinced an entire nation to become my ally rather than a nemesis!!! And this shall be my LegacY!!!

The Toss

Kunjunny

Mornings are always cold at that part of the town. The avenue was slowly coming to life. It was a Monday and within an hour or so, the whole place would resemble a bee hive with a flurry of activity. The baker across the street was opening the doors for the day, people in business suits were rushing past each other as if their lives were on stake and the traffic was moving at a rapid pace. Amidst all this bustling activity, a small boy sat across the street on the brick pavement. His name was "News". A strange name for a boy, but the people who found him lying amidst a stack of newspapers thought it to be the appropriate one for him. For him, each day was a new day, with only one real goal in life, and it was to earn his daily bread. There was no set pattern to his life, even as the world around seemed to be moving like the notes of a symphony orchestra, never missing a tune. If he could manage to earn a loaf of bread for the day, it was a perfect day for him. His young eyes were observing the rush all around him with calmness and wondered why the whole world was in a hurry. Nobody had time to stop and greet each other or observe the new dress that had come up at the window of the garment shop. Well, time flies, but at the avenue, he felt people were also trying to fly to keep up with it.

The day was getting warmer and he looked up at the clear sky and the white fluffy clouds and the birds fluttering by.

It was a beautiful day, and judging by the slight increase in the hurriedness of the office going individuals and the continuous honking of the vehicles caught in traffic, he presumed the time to be close to 9AM. The sequence was always so on a working day and he had the whole flow memorized now. He tried to smile at the people passing by, but nobody really bothered to even look back. For him, the only sign of happiness he had received from people were the laughs, when they mocked his pathetic existence. During those times, he had looked up at the sky and questioned the Lord's purpose behind sending him to this world. But, again, he would convince himself that not everything was a lost cause and neither was he. It was just a matter of time, before he also will fly with the crowd. News will be in the news soon!

There was a delicious aroma of freshly baked bread from the bakery. He opened his nostrils to take it in and realized that he had to feed his growling stomach. His thoughts were disturbed by the sound of a bell and he saw the ice-cream vendor pull up his cart right across the street. The ice-cream was priced at a rupee a cone and was the cheapest food available at that moment. The boy rummaged his pockets to see if it had any metal piece of currency in it. But, just like his life, the pockets were also empty. He hardly ever got to see paper currency as people seldom parted with the flimsy paper but enjoyed tossing the coins to him. Just as he was cursing his bad luck and smacking his lips thinking about the sweet and cold ice cream, luck seemed to fall in front of him across the street. A rather nervous and busy gentleman in his formal attire had dropped a coin from his pocket, as he took out the mobile phone to attend a call. The metal piece shined in the morning sun, as it dropped into the pavement and rolled on to the concrete floor. The boy's eyes shined with joy and he literally sprang up from his sitting posture. But, suddenly, he was overcome by a wave of confusion. Right from the time he was able to think on his own and left the orphanage, he had always earned his daily meal. He had never acquired anything by luck or force. His conscience questioned his decision to take the coin and made him wonder, if it was an act of stealing. His young mind was playing games and hampering his decision making. He stood rooted at the pavement, looking at the shining coin lying on the ground. Just as hunger overpowered his conscience and he was about to walk across the road, lady luck cheated him. A man wearing a business suit and a serious look on the face, stopped abruptly in his walk to stare at the shining piece of metal. There was a hint of surprise in his eyes as he gazed down at the coin, even as the boy's eyes became wide with curiosity about what his next step would be. The man looked around for a moment, before bending down casually to pick up the coin. He gave it a toss into the air and then proceeded to walk up to the ice cream vendor to buy a mouth watering cone. The whole sequences of events had happened so fast, that the boy was stunned. He could feel his food being snatched from him and cursed himself for not reacting on time. Looking up at the sky, he wondered if God was taking a safe bet, siding with a person who is worthy of winning on his own. Life can be so unfair, he thought.

Taking one more look at the man who was relishing on the cone, the young boy shrugged his shoulders and decided to get on with his life. However, as he was walking across to help the baker set up his shop for the morning, he observed the casual swagger of the business suit man as he slowly walked past him and the gratification on the man's face as he devoured the cold treat. Smiling to himself over a lost treasure, the boy got on with the errand, which provided him with food for the morning. The job got over in half an hour and all the while he was working, his eyes were casting occasional glances at the ice cream vendor outside the door, to ensure that he was still there. The baker gave him a small cup cake as usual for his efforts, but to the baker's surprise, the boy politely refused and asked for one rupee instead. Normally, the cake would cost a bit more than one rupee and would have silenced his grumbling tummy. But, for the boy, it was a day to get even for once and feel equal with the privileged of the avenue. The surprised baker gave him a one rupee coin with a smile and thanked him for his help. The boy looked at the one rupee coin and gave it a toss in the air just like the man in the suit had done. He had the same smirk on his face and his demeanor had the same air of confidence that was seen earlier in the other man.

Walking slowly up to the ice cream vendor, the boy placed the coin on his counter and asked for the same flavor of ice-cream bought by the business man. The ice cream vendor was surprised to see the air of pride about the boy, who was wearing torn clothes and from the looks of it, having only a rupee on him. However, he smiled and gave the ice cream to the boy. The boy looked up at the sky, as if telling God that today he has made himself equal to the man God took sides with earlier. He raised the ice cream cone to the sky, as if saying a toast to the clouds and recollected the casual swaggering walk and the whole array of expressions that swept across the business man's face as he relished the cone. For a moment, the boy looked at himself in the pane of the baker's window and then, adjusted his body posture to resemble the business man. Then, with a smirk on his face, he resumed the casual swagger, with an extremely gratifying look on his face. Life does go for a toss but you win some, at some point.

POETRY

Travel Tales

Dr Geetha S Nair

Travel the world,

On and off,

Its in the blood

Acquired from the womb,

The Gypsy in her

Prods her on,

To places far and near,

Of lands heard in tales.

Its ambience felt in dreams,

The places fairies frequent,

Where flowers in spring bloom,

Its fragrance overpowering the senses,

Butterflies flitter,

Their glitter shine

Like a beacon in the dark.

The bucket list of places beckon

As the sign boards of bars to the drunkard.

Where to, the question lurks?

Destinations galore,

Restrictions vanquished,

Enthusiasm spurs on

To far off lands,

Where the sky seems the limit.

The grassy meadows

Where the cattle graze,

Rocky terrain,

Mountains, hills,

Sea and lakes,

Barren lands

That stretch on and on

Where humans barely abode,

The land that saw rain or thunder.

Caves and tunnels

That seem still as though in a time warp,

That sheltered many a traveler,

In times of need,

Thousands of years past.

Heritage sights beckon,

Their histories untold,

Of Kings, Queens and Slaves,

The architectural brilliance overwhelming,

While monasteries of monks

Weaves the web of mystery,

Inspiring the traveler,

Delve into the intricate mystery

Of origin and culmination,

To seek answers

That remain unanswered like a jigsaw puzzle.

Free of worry, free of stress

The child in each traveler

Gaze with awe

At every passing scene,

Captured in the click of the eye

In that split second,

Engraved forever in the heart of each traveler,

To those to whom

Travel never ever tires,

They do swear..

Travel, travel, travel,

Its all they dream.

To make it happen

One should travel

To one's heart's content

Come what may

For tomorrow is yet another day of hope

While time waits no one

To the miser who clasps his cash

The one that never lived a life

To tell a tale,

Stuck in a hollow shell

Of one's own making
Sighs of regrets unheard
Alas tis too late to mourn!

Dinner Dance with the Devil

Dr Geetha S Nair

As the moon hides its shimmering light,
Behind the dark dismal clouds,
Twilight shrouded and eerie,
The harbinger of a dark shady secret,
Hidden in the dark recess,
Of the heart's trough,
Tick, tick the heart's murmur resounds
The empty space reflecting
The supernatural feel
Where the dusty cobwebs,
Weave the black magic.
The lone howl of a wolf,
Echoes the impending danger.
The wings of the black bats flap wildly,
Weirdly the crescendo,
Reach a cacophony,
Casting ghostlike figurines,
Dancing away in a frenzy,
Where the dinner table,
With the devil is set

On the brink of a precipice for sure.
Barely knowing the space or time,
Sitting on a dinner date with the devil.
Ensnared by the dark glow
Of his mesmerising glance,
Her soul possessed by the devil,
In his claw like grip.
The brain fuzzy,
In a mess,
Her head in a whirl.
On a trance,
Pulled to a dance with him.
As her foot barely touch the floor,
Body as light as a feather,
The gown she wore,
Floating through eternity,
Her steps swirling to the beat
Of the somber music,
That haunt the soul.
When the blood hued drink,
Thrust into her hands,
Made her shivering fingers,
Spill the drink onto her face and attire,
As a cold douse on the face,
That made sanity come to life.

Shocked she sees the devil....

Her dinner date with the devil himself.

The perfect casanova of the fake kind,

Donned in all the finery,

A wicked grin plastered on his face,

The wink of his eye,

The smirk of a smile.

Her world crash into shards,

A feel as though on a roller coaster,

Landing with a thud,

On the dance floor.

A tryst with destiny,

The twist of an uncanny dinner date,

With the devil himself!

The Smell of Childhood

Shruthi

The perfume of sweat,

The smell of soaked T shirts turned a shade darker by sunset and a day's play.

Sitting in the epicentre of childhood,

sweat was the taste of a kid's breath,

Perpetually salty as though we were pickles trapped in brine.

The nose-opening kick of the surgical spirit

Twisting lips in predicted pain

Before the cotton ball dipped in alcohol

Greeted fresh wounds in searing fashion.

The alcohol fumes were childhood nurses,

Silent curses reversing the blame of the fall

From the one who fell to an unseen rock.

A white fire spreading from the wound to the wounded,

Burning the blood and the surrounded

Until our bodies were pure.

Until our fool-proof cure to cuts and wounds became

To never fall again.

The scent of the orange candle named 'Warm Jacuzzi'
Lit only in the dark and cold mornings at five, four years ago.
To take ice-cold bucket baths in the stillness of the night,
In that soft make-believe light
Because that was life in the eyes of a child.
The flame of her first candle
Merely a burning matchstick to the forest fire in her heart.

A whiff of cocoa
Sniffed from the rusty aluminium stove
- a roustabout seen only on family occasions.
The birthday present for the jealous grandchildren -
A chocolate cake baked by the grandmother's hands
With a stick by her side
To prod the uncooked batter.

The scent of Dabur hair oil
Marinating her noodle head
- golden-yellow, lazy silver with secret streaks of black.
The pinch of rasnadi made her scalp smell like soil
Growing flowers from the oil, an earthy garden on her head.
The first and last breath of my youth
Buried in her hair.

The smell of childhood is now
The musk of old paper.
The scent of pressed flowers in diaries like potpourri,
And the iron smell of ink pens
Preserving threads to powerful memories.

Mercy on New Year's Eve

Shruthi

Mother,

As the calendar threatens a new course of months

I fear to forget.

Your curls slowly lose definition,

After I lost your ashes to the ocean.

I fear,

If this new year has forgotten

The sound of your voice,

The specks on your neck,

Three colours of your hair,

The mean things that you said.

Memory is a faulty narrator.

It will forget

The A4 sheets of apology,

The loose skin under your arms,

The lullaby I sang for you on your deathbed

And how you looked at me searchingly, a stranger by then.

Forgive me,

My forgetfulness like I forgave yours.

Forgive me for being me.
For failing tests, for falling short for you
Forgive me for coming home past curfew
I know I am late.
I know I am why your tummy aches,
Your anxiety breaks your morality.

Forgive me, Ammu.
Let me go.

She Writes

Arwa Aliasgar

She writes lines of poetry, she writes pages of prose
She writes in her diary about her countless woes
She writes sometimes, without putting pen on page
She writes as if she has lived through every age.

She writes to herself, few scribbled quirky notes
She writes quick reminders or heart touching quotes
She writes as water flows, with force and no strain
She writes herself into verse. Writes over her pain.

She writes, indifferent to the dreams of chasing popularity
She writes, irrespective of how limited her vocabulary
She writes in a way to feel, writes until she can heal
She writes for it's the only way to know she is real.

She writes until the universe inside, is expelled out
She writes to consume a galactic volumes of doubt
She writes in a manner that elevates, is freeing
She writes and deconstructs the essence of being.

She writes history and the ways of civilizations
She writes about victory and building of nations
She writes descriptions of passion and crime
She writes them as the cause of movement in time.

She writes about love, the kind that started wars
She writes of forgiveness the length of the shores
She writes tales of lovers who didn't stand a chance
She writes to permit their serendipitous romance.

She writes about hate, hate which spread like fire
She writes- it burns all, even the thing of desire
She writes what she has witnessed and become
She writes about the tranquility in chaos and then some.

She writes, for that is her mark in this cosmic scene
She writes from whats obvious and whats unseen
And when she doesn't write about love or hate...
She keeps on writing about everything inbetween.

Good Daughter

Arwa Aliasgar

Could you stop acting like a little child
Stop acting so stubborn and utterly wild
Understand, you are old enough now
Sit straight on that chair, don't bow.

Mama! But mama, I just want to play
Look at the me dance, look at me sway
Look at how high I jump, how loud I clap.

Come on we are late! Please do not yap.

Understand you have become a big sister
Come help me take care of your brother
Go get his diaper, fetch his blue bottle
Oh no, where did I put his monkey rattle!

Oh mama yesterday I learnt my ABCs
I can also count right up to twenty-three
If you say so, I'll sing it all for you.

That's good! But will you learn focus too.

When he is older, all this will be of use
Teach him letters, numbers and hues

You'll ease my work, make him smart
And very soon he'll know it all by heart.

Mama look mama look! Look at me
My eyes, my nose, my wobbly knee
I have 10 fingers and have 10 toes.

I heard you! Fingers, Knees, Eyes, Toes...

Your body, like mine, meant for care
Use it well, don't just stand there
Rock his cradle, stroke is brown hair
Your brother loves you, look at him stare.

Mama did you see this funny scar
You were right, I couldn't jump that far
But it's just like yours, on your knee.

Baby, you are clumsy, just like me.

But now, you must stop. Stop prancing
Be more mindful, Oh please stop dancing
You don't understand. You never will!
You'll wake him up! Quiet! Be Still.

But mama, see I do a fun cartwheel
I can also say TaTa DaDa and squeal
I run so fast look at me go weeee.

Yes! Yes! Very nice now listen to me.

If you can run, go put this dinner plate
In the kitchen, on top of the yellow crate
If you can talk, entertain the little baby
You'll do it right, because you love me?

I love you mama, you are the best
I'll act like you want, not like a pest
I'll act like a big sister neat and proper
I'll play only after I act like a good daughter.

Immortal Wound

Bala

Sufletul ei nu mai poate fi salvat..." ("Her soul cannot be saved anymore")

Este blestemată!..." ("She is cursed!...";

"- Asta e Legea Lui Dumnezeu!" ("- This is The Law of God!")

Vlad:

" – Nu! (screaming) Asta este răsplata mea pentru apărarea [...] ?" ("No! This is my reward for defending Him)

I watch humanity in eternal peril

An ant colony on a cloud

So timid, So proud of hollowed nothings

As much I need to end them

Is a tender touch as sharp as a touché

A mist blocks the gates of my mansion

I walk into a bookstore

I walk into pubs

I walk in the the cave with dragon fangs

I was brave enough to be lost

I was once frail enough to conquer

I was once a eccentric warrior

The invaders

The deceptive historians
Called me The Impaler

I travelled in carts around the Carpathian
In cars around Los Angeles
I sailed The Demeter to new lands
I stand above mankind's screaming dreams and scheming greed
On a floating island above a fallen city.
Eons have erased the Sun's curse
I am no longer a walking corpse
Empty rooms have absorbed the echoes of my pain.
Tears like candle wax still remain in the tips
Failed to be scrubbed away

I was once just a traveller
On a promised journey
A vow of a coy husband
But turned into a foe written with figurative vigour

I was given wings and fangs
I was hero
I was villain
My revenge was inked and etched
In limelight and through Lumiere's devices

I have made eyes, loins and bedclothes wet.

They call out names

Faded memory except a few

Harker, Mina, The Wolf, Coppola, Bram, Ordog, Satan, Nosferatu, Gotham's Reincarnation, Teenage fiction of my children.

I forget that my whisper created fear

Long poems of my conflict and conquest sang.

Long manuals of how to kill me, mock my mirror's agony of my daily gaze.

I pray to the one more drenched in the pain of immortality bestowed by Divine Duty.

"Open the gates of Hell

Banish me

Receive me

Punish me".

As I wish to wither and return to my love with a letter unwritten in history,

As I roam Walachia cloaked in Death's fine shadow

Let me return to my love

I can hear her from Hell

Yes. Hell

As she once kissed a Devil who never fell

Open the gates and show me my path

One I shall dread with no fear as I have dread worse in my mortal spell

I ask Thee not for Valhalla

But Hell.

Cards, Devil and the Wizard

Bala

In flickering brimstone light, where shadows writhed,
John Constantine, a weary, cynical bard,
Met Lucifer Morningstar, with eyes that gleamed like agates,
Throned in a twisted palace, playing cards.

A feast of ash and embers, a goblet of despair,
Laughter echoed hollow, a melody of lies.
"Tell me, John," rumbled Lucifer, a sardonic air,
"Do mortals find their solace in such paltry skies?"

John, scoffing, raised his goblet, "Death's a losing game,
A cosmic roulette, where hope always expires."
They spoke of chaos, fate's cruel and twisted frame,
The symphony of suffering that set the world on fire.

"Hegel's grand design?" John rasped, a wry, sardonic twist,
"A cobweb logic shattered by the random spin."
Lucifer chuckled, dark delight in his obsidian fist,
"And Bowie's song, a glittered mask, a truth yet to begin."

Oppenheimer's guilt, a scorching brand they bore,
The dance of creation and annihilation's sting.
"Love," John mused, a flicker in his eyes that burned before,
"A flickering ember, a promise that the cards don't bring."

The cards, a deck of destiny, with symbols worn and strange,
The Starman, a rebel defying cosmic law.
The Hanged Man, dangling in sacrifice's cage,
The Wheel of Fortune, an endless, grinding maw.

John, with a conjuror's sleight, dealt fate a twisted hand,
A love unspoken, a heart laid bare and torn.
Lucifer, with a smirk, raised his own, a spectral band,
A love's betrayal, a cruel and bitter morn.

In that infernal game, beneath the lurid light,
They chased phantoms, love and meaning's elusive grace.
Though shadows danced and darkness held them tight,
A flicker of humanity lit on each weary face.
Forget the sands of time that shift, the laurels quickly won,
Let not the bards of history sing praises of the done.
But raise a cup to those who strive, though shadows dim their way,
Who face the darkness, hand in hand, and greet each coming day.

For love, in all its messy grace, transcends the mortal coil,
A flickering flame in Lucifer's realm, that makes the spirit boil.
So let us seek not earthly praise, nor glory etched in stone,
But find our solace in the fight, and battles fought alone.
In the sulfurous glow of a lamp with a broken horn,
We cards convene, a court both jaded and forlorn.
No diamonds grace us here, just shadows grim and deep,
For these are the wages of souls who eternally sleep.

The Ace of Spades, a cynic with a chipped edge, proclaims,
"Life's a cruel hand, a dealer with a mocking name.
We shuffle, we deal, a dance of joy and pain,
A Nietzschean jest, existence a loaded refrain."

The Queen, a faded beauty with eyes of cold roulette,
Scoffs, "Love's a losing bet, a wager you can't forget.
Marx whispers revolution, a hearts' utopia bright,
But the revolution crumbles, lost in the endless night."

The King, a broken joker, his smile a twisted line,
Whispers, "Maradona's brilliance, a fleeting, feverish sign.
Lennon's revolution, a ballad sung in vain,
Lost in the cacophony of a world driven insane."

Shakespeare, a knave of words, a master of the stage,
Mutters, "Lovecraft's horrors, a cosmic, chilling rage.
We mirror human folly, a tragic, twisted play,
Where suffering's the ace, and existence fades away."

With a rustle of whispers, a creak of cardboard bones,
The King and Queen, hearts locked, descend to shadowed thrones.
Their private den, a realm of secrets, dark and deep,
Where love and lust, like flames, eternally sleep.

We, the remaining cards, a scattered, tattered band,
Await the next deal, another turn of fate's cold hand.
In this infernal game, there's no escape, no prize,
Just the echo of laughter in Lucifer's cruel eyes.

Ode to a Healer: A Warfront Hero

Niranjana Devi

Hello hurt healer,
Time for you to rest forever.

Blood flows thick through the lanes
Not from you but it pains
Your heart a wounded mass
Your body an alive carcass.

With hopes you had steered
Your life without fear
From childhood to this day
To save every prey,

From the hunters that cut down
Poor souls in the name of the crown
To help every man who sobs
For his lost limbs and lobes.

You set out to be a magician
Who broke every tradition
Of hierarchy and authority
To help people weary,

Of sickness and madness
Their wardens so careless
They drop like flies
Only dread in their eyes.

Thought you could make a difference
Thought they would make amends
You stitched up bodies like cloth
Alas! their souls already North.

You didn't sweat for one nation
But for Humanity, with passion
Your hands healed numerous
Beyond clock and compass.

You closed your eyes finally
To be far from this swinery
We lost one of the very few
Who knew what's to God due.

We will remember your deed
All the shackles you freed
All the smiles you caused
All the aches you paused.

Goodbye good doctor,
Time for you to rest forever.

Castle of Cards

Niranjana Devi

The day was dull
Even sleep needs a lull
The night is young
But tired, my tongue

I play a game of chess
With myself, I confess.
I know my every move
So not much to woe.

My eyelids shut themselves
My alert mind then delves
Into a meticulous dream—
It's an ambiguous game.

Welcoming me is a bard
Sitting there with a card
In his hand—a joker
Let's play poker!

He shows me the way
I see cards on a tray
"Come, let's build," he says
"The Castle of your life," he smiles.

I look on the ground
There are cards beyond count
I make an east square
To add my stories I could bare.

I begin building with care
Childhood memories I layer
Upon them, with a heavy heart,
Never do I wish to part.

A card for my first bike ride
Another for that pillow fight
And then a few together
For them immature lovers.

I arrange my whole story
There's fear, there's misery
Oh! How have I grown
From the day I was born.

A card for my experimental wedding
And then for my monumental shedding
A whole deck I align
For the art I designed.

It is time for my last row
The Bard wants to know
Whether my life was perfect
Every decision I made correct.

The castle could fall into pieces
Any minute, the Bard wheezes
Everything can change in the present
About yester, you can only lament.

Let it fall, let it shed
Because I made my bed
The cards of the past are fixed
But the future is still a mix.

With a plethora of possibilities
Playing with my responsibilities
Challenging my weakness
Honing my work seamless

I decide my next card
I do it with my whole heart
This is my Castle
And Life is a hustle.

Desert Vibes

Shalini Manoj

The desert, bleak and barren
Vast stretches of sand
Hiding the Oases within
the few patches of green
Encircling a body of water
the only solace to the nomads
Wandering through the dunes
There she sat
A solitary maiden
Gazing at the stars
Musing on life
and its frivolity
The night closed on her
The glimmering stars
shined like sequins
On a black veil
She let out a deep sigh
Was he always this wild?!
His sharp satire on her insecurities
Left a gaping wound on her psyche

Tried to shrug off the grief
Which enveloped her like a shroud
But it clung on tenaciously
Drowning her in it's heavy cloth.
The Oasis and it's pool of water
Tempted her to stay forever
But when dawn breaks
She should leave
Couldn't linger on
Her hearth beckons, her kin impatient.

Toiling Away

Shalini Manoj

Steel- pins, nuts, bolts , girders
The men who stood in their midst
In the scorching sun
Melting, welding, bolting, lifting
To bring together pieces of
A giant jigsaw puzzle
glued to their task
impervious of the heat
Oblivious of the new madam
who occasionally stood at the periphery watching them go about their tasks.

She was mesmerized
by their resilience
their attention to detail
ignoring the hot sun
beating on their backs.

Would she ever know
The travails of these men
who crossed the seas
to give their loved ones a better life
To build homes, send their children to school

End of their shift, they trudged back weary
To the bus
Some dozed, some dreamed
All reached their haven
Drained , depleted
Eager to rest, sleep
Till the next dawn woke them
To new challenges and HOPE.

The girl, too went home
Her mind churning a million thoughts
Didn't she lead a sheltered life
Still she griped
Over petty things
Ashamed of herself
For she had no clue
About what she can do
To brighten their lives!!

മലയാളം

കഥ

നാട്ടിലേക്കുള്ള യാത്ര

ദേവിക മേനോൻ

ഭാരമുള്ള രണ്ടു വലിയ പെട്ടികളും ഒരു ബാക്ക്പാക്കുമായി അവൾ ചെന്നൈ സെൻട്രൽ റെയിൽവേ സ്റ്റേഷനിലെ നാലാം നമ്പർ പ്ലാറ്റ്ഫോമിൽ ഓടി കയറി. അവിടെ പുറപ്പെടാൻ തയ്യാറായി നിൽക്കുന്ന ചെന്നൈ – തിരുവനന്തപുരം എക്സ്പ്രസിന്റെ ഓരോ കോച്ച് നമ്പറും നോക്കി പരിസരം പോലും ശ്രദ്ധിക്കാതെ അവൾ മുന്നോട്ടു നീങ്ങി. എസ് 3 കോച്ച് കണ്ടതും തന്റെ ലഗ്ഗേജും ആയി അതിലേക്കു കുറച്ചു ആയാസപ്പെട്ട് കയറി പറ്റി. പിന്നീട് തന്റെ ബെർത്തിനു വേണ്ടി പരതി. പെട്ടിയും സാധനങ്ങളും എല്ലാം സുരക്ഷിതമായി വെച്ചശേഷം ഓൺലൈനിൽ പ്രത്യേകം തിരഞ്ഞെടുത്ത വിൻഡോ സീറ്റിൽ അവൾ ഇരുന്നു. തെല്ലാശ്വാസം ലഭിച്ച അവൾ ഒരു നെടുവീർപ്പിട്ടുകൊണ്ട് ചുറ്റും നോക്കി. പലവിധ ആൾകാർ പലവിധ ശബ്ദത്തിൽ സംസാരിക്കുന്നതു കേൾക്കാമെങ്കിലും അവൾ അതൊന്നും ശ്രദ്ധിച്ചില്ല. ട്രെയിൻ പതുക്കെ നീങ്ങി തുടങ്ങിയപ്പോൾ അവൾ ജനൽ കമ്പികളിൽ തലചായ്ച്ചുവെച്ചു പഴയ പല ഓർമകളിലേക്ക് പോയി.... അവന്റെ ഓർമകളിലേക്ക്...

ഇതു പോലെ ഒരു ട്രെയിൻ യാത്ര ആയിരുന്നു അതും. അഞ്ചു വർഷങ്ങൾക്കു മുൻപ് ഒരു കൾച്ചറൽ ക്യാമ്പിൽ പങ്കെടുക്കാൻ അവസരം കിട്ടിയപ്പോൾ "ഹൈദരാബാദിൽ നീ തനിച്ചു പോകാനോ.. നടക്കില്ല.."എന്നാണ് അച്ഛൻ പറഞ്ഞത്. ഒരുപാടു കരഞ്ഞു കാലുപിടിച്ചു. തനിക്കു മാത്രം ആണ്

കോളേജിൽ നിന്നും ഈ അവസരം കിട്ടിയത് എന്ന് പറഞ്ഞു മനസിലാക്കാൻ ശ്രമിച്ചു. പക്ഷെ ഒന്നും അവിടെ വില പോയില്ല. ഒടുവിൽ തനിക്കു ഏറ്റവും പ്രിയപ്പെട്ട ആനി മിസ്സിനോട് വിവരം പറഞ്ഞു. "കുട്ടി വിഷമിക്കണ്ട, ഞാൻ അച്ഛനെ വിളിച്ചു സംസാരിക്കാം. ഉറപ്പു പറയുന്നില്ല എങ്കിലും എന്റെ പരമാവധി ശ്രമിക്കാം" എന്ന മിസ്സിന്റെ വാക്കുകൾ ആശ്വാസം ആയി.

എന്നും സന്ധ്യ കഴിഞ്ഞാൽ അവർ നാലുപേരും, അച്ഛൻ, അമ്മ, അവൾ, അനിയത്തി ഒരുമിച്ചിരുന്നു ടീവി കാണുന്ന ശീലം ഉണ്ടായിരുന്നു. അന്ന് പക്ഷെ അവളുടെ ശ്രദ്ധ ലാൻഡ് ഫോണിൽ ആയിരുന്നു. കുറെ നേരത്തെ കാത്തിരിപ്പിനു ശേഷം ഫോൺ റിങ് ചെയ്തു. അമ്മയാണ് എടുത്തു സംസാരിച്ചത്. മിസ്സ് ആണ് മറുവശത്തെന്നു സംഭാഷണത്തിൽ നിന്നും വ്യക്തമായി. ആകാംഷയോടെ അവൾ നോക്കി ഇരുന്നു. ഒടുവിൽ "ഞാൻ അവളുടെ അച്ഛന് ഫോൺ കൊടുക്കാം മാഡം ഒന്ന് നേരിട്ട് സംസാരിച്ചു നോക്കു"എന്ന് പറഞ്ഞു അമ്മ അച്ഛന് ഫോൺ കൈമാറി. കുറെ നേരത്തെ തർക്കം ആയിരുന്നു പിന്നീട്. തന്റെ മകളുടെ സുരക്ഷിതത്വം ആയിരുന്നു ആ അച്ഛന്റെ പ്രധാന ആശങ്ക. ഒടുവിൽ എല്ലാത്തിനും ഉറപ്പു നൽകി ഒരുവിധം മിസ്സ് സമ്മതിപ്പിച്ചെടുത്തു.

കാത്തിരുന്ന ആ ദിവസം എത്തി. റെയിൽവേ സ്റ്റേഷനിൽ നേരത്തെ തന്നെ എത്തി ശബരി എക്സ്പ്രസ്സിന് വേണ്ടി കാത്തു നിന്നു. അവിടെ വെച്ചു തന്നെ ക്യാമ്പിന് കൂടെ വരുന്ന മൂന്നു പെൺകുട്ടികളെ പരിചയപ്പെട്ടു. മറ്റു പല കോളേജിൽ നിന്നും ഉള്ളവരാണ്. രണ്ടു പേർ മുന്നെ ഉള്ള സ്റ്റേഷനിൽ നിന്നും കയറും എന്നും മനസിലാക്കി.

കുറച്ചു മാറി ഒരു കൂട്ടം ആൺകുട്ടികൾ നിൽക്കുന്നുണ്ടായിരുന്നു. ഇതേ ക്യാമ്പിലേക്കുള്ളവർ.

കൂടെ അച്ഛൻ ഉള്ളത് കൊണ്ടും, ആൺകുട്ടികളുമായി താൻ സൗഹൃദത്തിൽ ആകുന്നതു അദ്ദേഹത്തിന് തീരെ താല്പര്യം ഇല്ലാത്തതു കൊണ്ടും അങ്ങോട്ടേക്ക് പോയില്ല. ഈ ഒരു പ്രധാന കാരണം തന്നെ ആണ് നാട്ടിലെ ഒരേയൊരു വിമെൻസ് കോളേജ് കണ്ടു പിടിച്ച അവിടെ തന്നെ മകളെ ചേർത്തത്.

വൈകാതെ ട്രെയിൻ എത്തി. അവർ അതിൽ കയറി അതാതു സീറ്റുകളിൽ ഇരുന്നു. അവരിൽ ആറു പെൺകുട്ടികളും രണ്ടു ആൺകുട്ടികളും ഒരു കംപാർട്മെന്റിൽ ആയിരുന്നു. മറ്റുള്ളവർ മറ്റെവിടെയോ. കളിയും ചിരിയുമായി ഉല്ലസിച്ച അവർ യാത്ര തുടർന്നു. ഹൈദരാബാദ് എത്താൻ ഒരു രണ്ടു മണിക്കൂർ ബാക്കിയുള്ളപ്പോൾ ആണ് മറ്റേ കോച്ചിൽ ഉണ്ടായിരുന്ന കുട്ടികൾ പരിചയപ്പെടാൻ അവരുടെ അടുത്ത് വന്നത്. ആ കൂട്ടത്തിൽ ആണ് അവൾ അവനെ ആദ്യമായി കണ്ടതു. നല്ല ഉയരമുള്ള ഇരുനിറമുള്ള മെലിഞ്ഞ "അവൻ". കൂടുതൽ ഒന്നും അവർ തമ്മിൽ അപ്പോൾ സംസാരിച്ചില്ല. പരിചയം ഇല്ലാത്തവരോട് അധികം സംസാരിക്കുന്ന ശീലം അവൾക്കില്ലായിരുന്നു.

ക്യാമ്പിൽ എത്തിയ ശേഷം ആൺകുട്ടികളും പെൺകുട്ടികളും വേറെ ബ്ലോക്കുകളിൽ ആയതിനാൽ അവർ തമ്മിൽ പിന്നെ കാണാനുള്ള സാഹചര്യം ഉണ്ടായില്ല. ക്യാമ്പ് അവസാനിക്കുന്ന രാത്രി ഒരു പരിപാടിയുടെ ഭാഗമായി അവൾ ഒരു ചുവന്ന പട്ടു സാരി ഉടുത്തു ഒരുങ്ങി വന്നു. ഓഡിറ്റോറിയത്തിൽ വെച്ച വീണ്ടും അവൾ അവനെ കണ്ടു. അവൻ ഒരു ചെറു പുഞ്ചിരിയോടെ അവളുടെ അരികിൽ എത്തി നേരിയ സ്വരത്തിൽ പറഞ്ഞു "യു ലുക്ക് ബ്യൂട്ടിഫുൾ ഇൻ സാരി" ആദ്യമായി ഒരു ആൺകുട്ടി തന്റെ മുഖത്ത് നോക്കി ഇങ്ങനെ പറയുന്നതു കേട്ട അവൾ ചെറിയ നാണത്തോടെ പറഞ്ഞു "താങ്ക് യു."

പിന്നീടവർ വീണ്ടും കണ്ടു മുട്ടുന്നത് തിരികെ പോകുന്ന ട്രെയിനിൽ വെച്ചാണ്. ഈ യാത്രയിൽ എല്ലാവരും ഒരു കോച്ചിൽ ആയതിനാൽ ആട്ടവും പാട്ടും തമാശകളും നിറഞ്ഞ സന്തോഷ നിമിഷങ്ങൾ ആയിരുന്നു അതു. നാട്ടിലെത്തുന്നതിന്റെ തലേ ദിവസം അത്താഴം കഴിഞ്ഞു വെറുതെ കഥകൾ പറഞ്ഞിരിക്കുന്ന സമയത്തു അവൻ അവളുടെ അടുത്തെത്തി പറഞ്ഞു, "എനിക്ക് ഒന്ന് സംസാരിക്കണം നമുക്കൊന്നു അപ്പുറത്തേക്ക് മാറി നിന്നാലോ". അങ്ങനെ ഇരുവരും ട്രെയിനിന്റെ വാതലിനടുത്തു പോയി നിന്നു. ട്രെയിനിന്റെ വേഗത കാരണം ശക്തിയായി വരുന്ന കാറ്റിൽ പാറുന്ന അവളുടെ മുടിയിഴകൾ ഇടയ്ക്കിടെ അവൾ കാതുക്കൾക്കു പുറകിലേക്ക് തിരുകി വെച്ചുകൊണ്ടിരുന്നു. കുറച്ചു അധികം നേരം അവിടെ നിന്നിട്ടും അവൻ ഒന്നും മിണ്ടിയില്ല. അവൾ അവനെ നോക്കി നിന്നു. എന്നാൽ അവന്റെ നോട്ടം വാതലിലൂടെ പുറത്തേക്കായിരുന്നു. എന്താണ് എന്ന ആകാംഷയിൽ അവൾ അവനോടു ചോദിച്ചു, "എന്താ സംസാരിക്കണം എന്ന് പറഞ്ഞത്. ഇപ്പൊ ഒന്നും മിണ്ടുന്നില്ലല്ലോ". അവൻ പതുക്കെ നോട്ടം അവളിലേക്ക് മാറ്റിയ ശേഷം പറഞ്ഞു "യു ഹാവ് അട്രാക്റ്റീവ് ഐസ്.... ഞാൻ നിന്റെ കണ്ണുകളുടെ ഒരു ഫോട്ടോ എടുത്തോട്ടെ.." അതുകേട്ടു അവൾ ചിരിച്ചു. "ഇതു പറയാനാണോ വിളിച്ചത്. എനിക്കിതുവരെ എന്റെ കണ്ണുകളെ കുറിച്ച് അങ്ങനെ തോന്നിയിട്ടേ ഇല്ല. തനിക്കെന്തേ ഇതു തോന്നാൻ" ഒരു ചെറിയ പുഞ്ചിരിയോടെ അവൻ മറുപടി ഒതുക്കി തിരികെ സുഹൃത്തുക്കളുടെ അടുത്ത് പോയി ഇരുന്നു തമാശകളൊക്കെ പറഞ്ഞു നേരം വെളുപ്പിച്ചു.

അതി രാവിലെ തന്നെ അവർക്കു ഇറങ്ങാനുള്ള സ്റ്റേഷൻ എത്തി. കുറച്ചു ദിവസങ്ങൾ കൊണ്ട് തന്നെ

നല്ല സൗഹൃദത്തിൽ ആയതിനാൽ പിരിയാൻ എല്ലാവർക്കും നല്ല വിഷമം ഉണ്ടായിരുന്നു. തമ്മിൽ ഫോൺ നമ്പർ കൈമാറി വിളിക്കാം എന്നും ഇടയ്ക്കൊക്കെ തമ്മിൽ കാണാം എന്നും അവർ തീരുമാനിച്ചു. എന്നാൽ അവൻ മാത്രം അവളുടെ അടുത്തേക് വന്നു ഒരു ഷേക്ക് ഹാൻഡ് മാത്രം കൊടുത്തു. ഒരു സാധാരണ ഷേക്ക് ഹാൻഡ് പോലെ തോന്നിയില്ല. കുറച്ചു ദൈർക്യം കൂടുതൽ ആയിരുന്നു മാത്രം അല്ല അവളുടെ വലം കൈ അവന്റെ ഇരുകൈകൾക്കും ഉള്ളിലായിരുന്നു. പക്ഷെ വിളിക്കാം എന്നോ കാണാം എന്നോ ഒന്നും അവൻ പറഞ്ഞില്ല. അവൻ കണ്ണുകൾ കൊണ്ട് എന്തോ പറയാതെ പറയുന്നത് പോലെ അവൾക്കു തോന്നി. ആ ഒരു നിമിഷം ആണ് അവൾക്കു അവനോടു എന്തോ പറഞ്ഞറിയിക്കാൻ കഴിയാത്ത ഒരു ഇഷ്ടം ആദ്യമായി തോന്നിയത്.

പിന്നീട് കോളേജും പഠിത്തവും ഒക്കെ ആയി മുന്നോട്ടു പോയി. പലപ്പോഴും അവന്റെ ഓർമ്മകൾ കടന്നുവന്നെങ്കിലും അതൊക്കെ അടിച്ചമർത്തി പരീക്ഷയിൽ ഉയർന്ന മാർക്കു നേടണം എന്ന ചിന്തയിൽ മുഴുകി. പ്രതീക്ഷിച്ചതിനേക്കാൾ നല്ല മാർക്കോടെ പാസ്സായ അവൾക്കു വൈകാതെ തന്നെ ജോലി കിട്ടി. പക്ഷെ ചെന്നൈയിൽ ആയിരുന്നു അതു. പോകുന്നതിനു തൊട്ടു മുന്നെ ഉള്ള ദിവസം ആണ് അച്ഛൻ അവൾക്കു ആദ്യമായി ഒരു ഫോൺ വാങ്ങി കൊടുക്കുന്നത്. അതു കിട്ടിയപ്പോൾ ആദ്യം ചെയ്തത് ഡയറിയിൽ കുറിച്ച് വെച്ച അവന്റെ നമ്പറിലേക്കുള്ള കാൾ ആണ്. ജോലി കിട്ടിയതും പോകുന്നതും ഒക്കെ പറഞ്ഞു. ശേഷം മറ്റു കൂട്ടുകാരെയും വിളിച്ചു.

യാത്ര തിരിക്കുന്ന ദിവസം റെയിൽവേ സ്റ്റേഷനിൽ അവൻ എത്തിയിരുന്നു. എന്നാൽ അച്ഛനും അമ്മയും

അനിയത്തിയും അവളുടെ കൂടെ ഉള്ളതിനാൽ മാറി നിന്നു. അവർക്കു അവനെ കണ്ടു പരിചയം ഇല്ലാത്തതിനാൽ സംശയം ഒന്നും തോന്നിയില്ല. യാത്രയിൽ ഉടനീളെ അവൾ ആലോചിച്ചു.. എന്തിനായിരിക്കും അവൻ ഒന്നും മിണ്ടാതെ തന്നെ കാണാൻ വന്നു കണ്ണുകൾ കൊണ്ട് മാത്രം യാത്ര പറഞ്ഞത്.

അവിടെ എത്തി വീട്ടുകാർ കഴിഞ്ഞു ആദ്യം വിളിച്ചത് അവനെ ആയിരുന്നു. പിന്നീട് പല ദിവസങ്ങളിലും അതു തുടർന്നു. സന്തോഷവും, പരിഭവങ്ങളും,പിണക്കങ്ങളും ഒക്കെ ഉൾകൊണ്ട സംഭാഷണങ്ങൾ ആയിരുന്നു അവ. മൂന്ന് വർഷങ്ങൾ അങ്ങനെ വലിയെ മാറ്റങ്ങൾ ഒന്നും ഇല്ലാതെ കടന്നു പോയി. ഒടുവിൽ ഒരു സായാഹ്ന നേരം എന്നത്തേയും പോലെ ഫോണിൽ വർത്തമാനം പറഞ്ഞു ഇരുവരും ഇരുന്നപ്പോൾ രണ്ടും കല്പിച്ചു അവൾ അതു പറഞ്ഞു. “എടാ... എനിക്ക് നിന്നെ ഒരുപാട്ടു ഇഷ്ടമാണ്...” അതു കേട്ടു ഉടൻ തന്നെ ഒരു കള്ളച്ചിരി ചിരിച്ചു അവൻ പറഞ്ഞു “അതെനിക്കറിയാമല്ലോ... ഇപ്പോ പ്രത്യേകിച്ച് പറയണ്ടകാര്യമൊന്നുമില്ല...” രണ്ടു നിമിഷത്തെ മൗനത്തിനു ശേഷം അവൾ വീണ്ടും തുടർന്നു, “അതല്ല ഞാൻ ഉദ്ദേശിച്ചത്... എനിക്ക് നിന്നോട് പ്രണയം ആണ്... നിന്റെ കൂടെ ഇനിയുള്ള കാലം ജീവിച്ചു തീർക്കാനാണ് എനിക്കിഷ്ടം... നിനക്ക് തിരിച്ചു എങ്ങനെ ആണ് എന്ന് എനിക്കറിയില്ല... എന്തായിരുന്നാലും അതു നമ്മുടെ സഹൃദത്തെ ഒരിക്കലും ബാധിക്കരുത്”. പിന്നീട് കുറെ നേരം രണ്ടു പേരും ഒന്നും മിണ്ടിയില്ല..പറഞ്ഞത് അബദ്ധമായി പോയി എന്നവൾക്കു തോന്നി... തന്റെ മനസ്സിൽ വിരിഞ്ഞ ആ പ്രണയം തന്നിൽ തന്നെ നിറുത്തുന്നതായിരുന്നു ഉത്തമം. കാൾ കട്ട് ചെയ്യാനായി അവൾ ഒരുങ്ങിയപ്പോൾ ഇടറിയെ

ശബ്ദത്തിൽ അവൻ മറുപടി തന്നു. "നിനക്കിതു എന്നോട് നേരത്തെ പറയായിരുന്നില്ലേ... നമ്മുടെ ജീവിതത്തിലെ ഒരുപാടു നല്ല പ്രണയനിമിഷങ്ങൾ അല്ലേ നഷ്ടമായതു". ഇതു കേട്ട അവളുടെ മനസ്സിൽ പൂമഴ പെയ്യുന്നതായി തോന്നി. എന്നിരുന്നെങ്കിലും എന്തു കൊണ്ട് അവൻ ഇതു പറയാതിരുന്നു ഇത്രേം കാലം എന്നവൾ ചോദിച്ചില്ല. അകലെ കാണാമറയത്തു ഇരിക്കുന്ന രണ്ടു ഇണകുരുവികൾ പോലെ എങ്കിലും പ്രണയം അവരുടെ മനസ്സുകളെ കൂടുതൽ അടുപ്പിച്ചു.

അങ്ങനെയിരിക്കെ ഒരു നാൾ ഇരുവരെയും അസ്വസ്ഥരാക്കിയ ആ വിളി നാട്ടിൽ നിന്നും വന്നു. മുറച്ചെറുക്കനുമായി അവളുടെ വിവാഹം ഉറപ്പിക്കാൻ പോകുന്നു. നേരിയെ ഭയത്തോടെ അവൾ അവനോടു പറഞ്ഞു, "വീട്ടിൽ പറയട്ടെ... നീ ഇല്ലാതെ എനിക്ക് പറ്റില്ലെടാ...ടെസ്റ്റ് എഴുതി ജോലി കിട്ടുന്ന വരെ കാത്തു നിൽക്കണോ?" നാട്ടിൽ വരുമ്പോൾ ഇതിനെ കുറിച്ച് നമുക്ക് ചർച്ച ചെയ്യാമെന്നായിരുന്നു മറുപടി. അന്നു വൈകുന്നേരം നാട്ടിലേക്കു തിരിക്കാൻ ഇരുന്ന അവൾക്കു ഒരു ഉദ്ദേശമെ ഉണ്ടായിരുന്നുള്ളു. വീട്ടുകാർ തീരുമാനിച്ച വിവാഹം മുടക്കണം... അവന്റെ കാര്യം അച്ഛനോട് പറഞ്ഞു എങ്ങനെയെങ്കിലും സമ്മതിപ്പിക്കണം... അച്ഛൻ അവൾക്കു ഒരു നല്ല സുഹൃത്തും കൂടി ആണ്. അച്ഛന് മാത്രമേ അവളെ മനസ്സിലാക്കാൻ കഴിയു എന്നവൾക്കറിയാമായിരുന്നു.

ഇങ്ങനെയൊക്കെ ചിന്തിച്ചുകൊണ്ടിരിക്കെ ഹോസ്റ്റൽ മുറിയുടെ വാതിലിൽ ആരോ തട്ടുന്ന ശബ്ദം കേട്ടവൾ തുറന്നു. കുറച്ചടുത്തായി താമസിക്കുന്ന കുഞ്ഞമ്മാവൻ ആയിരുന്നു അതു. "മോളെ...അത്യാവശ്യം വേണ്ട ഡ്രസ്സ് മാത്രം എടുക്കു... നമുക്ക് ഉടനെ പുറപ്പെടണം" എന്തോ കുഴപ്പമുണ്ട് എന്നല്ലാതെ എന്താണ്

സംഭവിക്കുന്നത് എന്ന് മനസിലായില്ല. ചാവി കൊടുത്തു ചലിപ്പിക്കുന്ന പാവയെ പോലെ ഒന്നും മിണ്ടാതെ...ചോദിക്കാതെ...കുഞ്ഞമ്മാവന്റെയും മാമിയുടെയും കൂടെ അവൾ പോയി.

ആദ്യമായി അന്ന് ആണവൾ വിമാനത്തിൽ കയറുന്നതു. ഒരു പാട് ആഗ്രഹിച്ചതാണ് ഒരു വിമാനയാത്ര. അങ്ങനെ ഒരു അവസരം ലഭിച്ചാൽ ഫോട്ടോ എടുക്കണം, ഫേസ്ബുക്കിൽ ഇടണം എന്നൊക്കെ അവൾ തീരുമാനിച്ചിരുന്നു. എന്നാൽ ഇന്നു അതിനൊന്നും അവൾ മുതിർന്നില്ല. കൂടെ ഉള്ള രണ്ടു പേരുടെയും ഫോണിൽ തുടരെ വിളികൾ വരുന്നുണ്ടെങ്കിലും അടക്കിയുള്ള സംസാരമായതിനാൽ ഒന്നും കേൾക്കാൻ കഴിഞ്ഞില്ല.

വീടിന്റെ മുൻവശത്ത് വന്നിറങ്ങിയപ്പോൾ നിറഞ്ഞുനിൽക്കുന്ന ആൾക്കൂട്ടം അവൾ ശ്രദ്ധിച്ചു. പടി ചവിട്ടി അകത്തേക്ക് കയറുമ്പോൾ കണ്ടത് വെള്ള പുതപ്പിച്ചു കിടത്തിയ അവളുടെ അച്ഛനെയാണ് . തൊട്ടടുത്തിരുന്ന അമ്മയും അനിയത്തിയും അലമുറയിട്ട് കരയുന്നത് അവൾ കേട്ടു. നിന്ന നിൽപ്പിൽ അവളുടെ ലോകം ഇടിഞ്ഞു വീഴുന്നതായി തോന്നി. പിന്നീടുള്ള കുറച്ചു ദിവസങ്ങൾ അവനെക്കുറിച്ച് ഓർക്കാൻ പോലും ഉള്ള മാനസികാവസ്ഥ ആയിരുന്നില്ല അവൾക്ക്. മരണാനന്തര കർമ്മങ്ങളെല്ലാം കഴിഞ്ഞദിവസം തിരികെ പോകാൻ ഒരുങ്ങുമ്പോൾ അരികെ വിളിച്ച് അമ്മ പറഞ്ഞു, "മോളെ നീ ജോലി മതിയാക്കി നാട്ടിലേക്ക് വരണം. ഇനി ഇവിടെ മതി. അച്ഛന്റെ ആണ്ട് കഴിഞ്ഞാലുടനെ കല്യാണം നടത്തണം.. പാവം... നിന്നെ അവന്റെ കയ്യിൽ ഏൽപ്പിച്ചാൽ മാത്രമേ സ്വസ്ഥമായി മരിക്കാൻ കഴിയൂ എന്ന് അടുത്തുകൂടി പറഞ്ഞതേയുള്ളൂ". എന്തോ ഈ

സമയത്തു തന്റെ പ്രണയത്തെ കുറിച്ചു അമ്മയെ അറിയിക്കാൻ അവൾക്ക് തോന്നിയില്ല.

തിരിക ചെന്നൈയിൽ എത്തിയെ ഉടനെ അവൾ അവനെ വിളിച്ചു, അച്ഛന്റെ വിയോഗത്തെ കുറിച്ചു പറഞ്ഞു കുറെ കരഞ്ഞു. മരണ ദിവസം അവിടെ അവൻ എത്തിയിരുന്നെങ്കിലും അവളെ കാണാനോ സംസാരിക്കാനോ മുതിർന്നില്ല. മറ്റു ചങ്ങാതിമാരുടെ കൂടെ അവൻ ഒന്നും മിണ്ടാതെ നിന്നതേ ഉള്ളൂ. ഇന്നവന്റെ സ്നേഹം കലർന്ന വാക്കുകൾ അവൾക്കു ഏറെ ആശ്വാസം ഏകി.

അമ്മയെ എങ്ങനെ അവനുമായുള്ള വിവാഹത്തിനു സമ്മതിപ്പിക്കണം എന്നതായി അവളുടെ അടുത്ത ആശങ്ക. അവനോടിതു പറഞ്ഞപ്പോൾ കിട്ടിയ മറുപടി അവളെ വേദനിപ്പിച്ചു. "നിന്റെ അമ്മയ്ക്കും അനിയത്തിക്കും ഇനി താങ്ങും തണലുമായി നീ മാത്രമേ ഉള്ളൂ... അച്ഛൻ നിനക്കുവേണ്ടി കണ്ടെത്തിയ ആളെതന്നെ നീ വിവാഹം കഴിക്കണം... അദ്ദേഹത്തിന്റെ അവസാനത്തെ ആഗ്രഹം അതായിരുന്നു... ഞാൻ നിനക്ക് ചേരുന്ന ആളല്ല... താഴ്ന്ന ജാതിയിൽ ഉള്ള എന്നെ നിന്റെ കുടുംബത്തിൽ ആരും അംഗീകരിക്കില്ല...നിന്നെ കൂടി നോക്കാനുള്ള സാമ്പത്തികം ഇപ്പൊ എനിക്കില്ല... എന്തിനു... ഒരു നല്ല ജോലി പോലും.. എന്റെ വിവാഹത്തിനു മുന്നേ അനിയത്തിമാരെ ഒരു കരയ്ക്കെത്തിക്കണം...... ഇതിന്റെ ഒക്കെ ഇടയിൽ വന്നു നീ നിന്റെ ജീവിതം നശിപ്പിക്കരുത്... നീ എവിടെ ആയിരുന്നാലും... ആരുടെ ഒപ്പം ആയിരുന്നാലും എല്ലാ സൗഭാഗ്യത്തോടും സന്തോഷത്തോടും കൂടി ജീവിക്കണം". ഏതു സാഹചര്യത്തിലും പൊരുത്തപ്പെട്ടു കൂടെ ജീവിക്കാൻ തയ്യാറാണ് എന്നു പറഞ്ഞിട്ടും അവനതു ചെവികൊണ്ടില്ല. ഒടുവിൽ മനസ്സില്ലാമനസ്സോടെ അവൾ വഴങ്ങി. തന്നോടുള്ള

ഇഷ്ടകുറവല്ല മറിച്ച ഇഷ്ടക്കൂട്ടതൽ ആണ് അവനെ കൊണ്ട് ഇത് പറയിച്ചത് എന്ന് അവൾക്കു അറിയാമായിരുന്നു. വേർപാടിൽ തങ്ങൾക്കു ഉണ്ടാകുന്ന വേദനയേക്കാൾ വലുതാണ് മകളെ കുറിച്ചോർത്തുള്ള അവളുടെ അമ്മയുടെ മനസ്സിന്റെ വേദന എന്ന് മനസിലാക്കാനുള്ള പക്വത അവനുണ്ടായിരുന്നു.

"സാപ്പാട് വേണമാ മാഡം" എന്ന ഒരു തമിഴന്റെ സ്വരം കേട്ടവൾ ചിന്തയുടെ ലോകത്തുനിന്നും തിരികെ വന്നു. "വേണ്ട" എന്ന് ഉത്തരം കൊടുത്തു വീണ്ടും ജനൽകമ്പികൾക്കിടയിലൂടെ പുറത്തെ ഇരുട്ടിലേക്ക് നോക്കി നെടുവീർപ്പിട്ടു. ജോലി അവസാനിപ്പിച്ച നാട്ടിലേക്കുള്ള യാത്ര ആണിത്. ഒരുപാട് സ്വപ്നം കണ്ട അവനുമായുള്ള ജീവിതം ഉപേക്ഷിച്ച വീട്ടുകാർ വഴിതെളിച്ച തരുന്ന താൻ ആഗ്രഹിക്കാത്ത ജീവിതത്തിലേക്കുള്ള യാത്ര...

കഥ

സായന്തനത്തിൽ വിടർന്ന താമര

ഷാനി ഫാസിൽ

"ഉത്രാടപ്പൂക്കളം എല്ലാ കൊല്ലത്തതിനെക്കാളും കൊള്ളാം ഈ പ്രാവശ്യം. "

മീനാക്ഷിയും ശശാങ്കനും ഒരേ സ്വരത്തിൽ പറഞ്ഞു.

അതെ, ഈ പ്രാവശ്യം ഓണം വലിയ ആഘോഷമാണ് തറവാട്ടിൽ. എത്രയോ നാളകൾക്കു ശേഷം ഒരു മംഗള കർമം നടക്കാൻ പോവുകയാണ് ഇവിടെ. അതുകൊണ്ട് ഓണവും ഡെക്കറേഷനും എല്ലാം ഇവന്റ് മാനേജ്മെന്റ്കാരെ ഏല്പിച്ചു. അതിന്റെ ഒരു പ്രൊഫഷനലിസം എല്ലായിടത്തും കാണാൻ ഉണ്ട്.

സിനിമ ഭ്രാന്തിയായ മീനാക്ഷി വെളിയിൽ ഇറങ്ങി നിന്ന് വീക്ഷിച്ചു. കണ്ടാൽ വരിക്കാശ്ശേരി മന തന്നെ. വലിയേട്ടനും, പൂവള്ളി ഇന്ദുച്ചൂഡനും ആറാടിയ അതേ പ്രൗഢി ഇപ്പോൾ ഈ തറവാട്ടിലും കാണാൻ പറ്റും. വ്ലോഗ്ഗർമാർ കൊച്ച മക്കളള്ളതി ന്റെ ഗ്രണം ഈ തറവാടിന്റെ ഈ കൊല്ലത്തെ ഓണം കണ്ടാൽ മനസ്സിലാവും.

അവന്മാർക്ക് ഓണത്തിന് സബ്സ്ക്രൈബഴ്സിനെ കൂട്ടാൻ ഇതിലും വലിയ അവസരം ഉണ്ടോ.

അതേതായാലും തനിക്ക കൊണമായി....

60 കഴിഞ്ഞ മീനാക്ഷി വിചാരിച്ചു.

70 കഴിഞ്ഞ ഒരു കോലത്തെ എന്തൊക്കെയോ ഇട്ടു അണിയിച്ചൊരുക്കി ഉമ്മറത്ത് കൊണ്ട് വന്ന് ഇരുത്തിയിട്ടുണ്ട്. രാവിലെ ഓട്സ് കഞ്ഞി കോരി കൊടുക്കേണ്ടതാണ്. ഇവന്മാരും ഇവളുമാരും ഒന്ന് മാറണ്ടേ ഷൂട്ട് കഴിഞ്ഞ്..

രാവിലെ തുടങ്ങിയതാണ് ഈ ഗയ്സ് വിളി...

പൂവിളി ഇപ്പോൾ ഇല്ല.... ഈ ഗയ്സ് വിളി മാത്രമേ ഉള്ളൂ...

പാവം രാമേട്ടൻ....

ഈശ്വരാ പാവത്തുങ്ങൾക്ക് ഇങ്ങനെ ആയുസ്സ് കൊടുക്കല്ലേ...

"മീനാക്ഷിയമ്മേ.... "

ദൈവമേ ഇനി എന്റെ ഷൂട്ട് ആണെന്ന് തോന്നുന്നു...

മീനാക്ഷി ഒന്ന് ഞെട്ടി.

"നമ്മുടെ മീനുവിന് make up ഒന്നും ആവശ്യമില്ലെടാ .... ആള് സെറ്റാ ..."

ഏതവളോ ഏതവനോടോ പറയുന്ന കേട്ടു .

അതേതായാലും ശരിയാ , ഞാൻ ഇപ്പോഴും ഒരു സുന്ദരി തന്നെ ...

പക്ഷെ രാമേട്ടൻ കാറ്റു പോയ ബലൂൺ പോലെ ആയി .

ആരായിരുന്നു ...

കോളിളക്കം തീർത്ത ജയൻ അല്ലായിരുന്നോ ...

ആ തലയെടുപ്പും , ആ ചിരിയും ആ ഗംഭീര്യവും എല്ലാം കൊണ്ടും ജയൻ തന്നെ ....

ഞാനൊക്കെ എന്തുമാത്രം സ്വപ്നം കണ്ടതാണ് എന്നറിയാമോ ...

മീനാക്ഷിയുടെ ഹൃദയം വെറുതെ ഒന്ന് പിറകോട്ടു പോയി.

ചിങ്ങത്തിലെ തിരുവോണം രാമേട്ടന്റെ പിറന്നാൾ ആണ്. വലിയ ജോലിക്കാരൻ ആയെങ്കിലും തിരുവോണത്തിനു ആളു വീട്ടിൽ എത്തും. എന്തൊരു അരങ്ങായിരുന്നു അന്നൊക്കെ. ഈ തറവാട്ടിൽ നിന്നുള്ള ഔദാര്യം ഒന്ന് കൊണ്ട് മാത്രം വെള്ളം കുടിക്കുന്ന ഞാനും അമ്മയും.

ഞങ്ങൾക്ക് രാമേട്ടൻ എത്തിയാൽ പിടിപ്പത്തു പണി കാണും അടുക്കളയിൽ...

ആ പതിനാറു വയസ്സിൽ എനിക്ക് ആനയെ മറിച്ചിടാനുള്ള ആരോഗ്യം ഉണ്ട്. പിന്നെ ഒരു മിന്നായം പോലെ രാമേട്ടനെ ഒന്ന് കാണാനും പറ്റും

അതു മാത്രം മതി എനിക്ക്...

എന്റെ തിരുവോണം എന്നും പ്രണയം നിറഞ്ഞതാണ് അന്നും ഇന്നും. ഓർമ വച്ച നാൾ മുതൽ തുടങ്ങിയ ആരാധന ആണ് ഈ മനുഷ്യനോട്.

ഏതോ ഒരു കൊല്ലം പോകാൻ നേരം എങ്ങനെയോ ഞാൻ രാമേട്ടന്റെ മുന്നിൽ പെട്ടു. അന്നെന്നോട് "പോയിട്ട് വരട്ടെ മീനാക്ഷി...." എന്നു പറഞ്ഞു ഒന്നു ചിരിച്ചു.

ആ ചിരിയും ആ ശബ്ദവും ആണ് ഈ അറുപതിലും ഒറ്റക്കായ എന്നെ പിടിച്ചു നിർത്തുന്നത്.

ഏറ്റവും സ്വകാര്യം ആയി രഹസ്യം ആയി നമ്മൾ ഒരാളെ അയാൾ പോലും അറിയാതെ പ്രണയിക്കുന്നുണ്ടെങ്കിൽ അതിലും വലിയ ഒരു ആന്റി ഡിപ്രെസ്സന്റ് ഇല്ല.

മീനാക്ഷിയുടെ ജീവിതം അതാണ് കാണിക്കുന്നത്. ഒറ്റപ്പെടൽ അവർക്കില്ല, മുരടിപ്പ് അവർക്കില്ല.... പാട്ടും പൂക്കളും, ആരാവങ്ങളും നിറഞ്ഞ സങ്കൽപ ജീവിതം.

രാമേട്ടന്റെ കല്യാണം അതാണ് മീനാക്ഷി ക്കു ഏറ്റവും ദുഃഖം നിറഞ്ഞ നിമിഷം.

തനിക്കു രാമേട്ടനെ കിട്ടില്ല എന്നു നൂറു വട്ടം ഉറപ്പാണ്.

പക്ഷെ രാമേട്ടന് ഒരു നല്ല പെണ്ണിനെ കിട്ടില്ലായിരുന്നോ. കള്ളകിളവൻ കാർന്നൊരു കാശുനോക്കി ഒരു നാലിഞ്ചുകാരിയെ കൊണ്ട് പാവത്തിനെ കെട്ടിച്ചു. കല്യാണ പെണ്ണിനെ കണ്ടപ്പോൾ എന്റെ ഹൃദയം വല്ലാതെ നുറുങ്ങി...

എന്ത് ചെയ്യാൻ പറ്റും...?...

അങ്ങിനെ ഭാര്യയും മരിച്ചു രണ്ടു കിഡ്നിയും പോയി സ്ട്രോക്ക് വന്നു മുരിങ്ങക്ക കോലു പോലെ ഇരിക്കുന്ന രാമനാഥ മേനോനാണ് ഉമ്മറത്തിരിക്കുന്ന ആ രൂപം....

പക്ഷെ ഓർമവച്ച നാൾ മുതൽ ഈ തറവാട്ടിൽ തന്നെയാണ് മീനാക്ഷി .

“മീനൂ....”

ആരോ കിടന്നു വിളിക്കുന്നു.

പാവം രാമേട്ടന് ഇപ്പോൾ ഞാൻ ആണ് തുണ. ശശാങ്കൻ ഹോം നേഴ്സ് ആയി ഉണ്ടെങ്കിലും ഒന്നും സംസാരിക്കാനും കഴിക്കാനും വയ്യാത്ത രാമേട്ടന്റെ കസേരയുടെ ചുവട്ടിൽ കഥ പറഞ്ഞു മുറുക്കി ചുവന്ന ചുണ്ടുമായി മീനാക്ഷി എപ്പോഴും ഉണ്ട്...

അതെ കൗതുകം നിറഞ്ഞ കണ്ണും ആയി.....

മീനാക്ഷി ഓർത്തു...

കാര്യം വെടക്ക് തലമുറ ആണേലും ആ കൊച്ചുമോൻ ചെറുക്കൻ നല്ലവനാ..

അമേരിക്കയിൽ വളർന്നതിന്റെ ഗുണം...

ശശാങ്കൻ പറയുന്ന പോലെ അവരൊക്കെ ഫോർവേഡ് ആണ്.

അതെ, അവൻ 10 ദിവസം മുന്നേ എന്നോട് ചോദിച്ചു...

"മീനുവിന് എന്റെ അച്ചാച്ചനെ കല്യാണം കഴിച്ചു കൂടായിരുന്നോ.. "

ഒരു കൊള്ളിയാൻ മിന്നി എവിടെയോ....ഒരു നീറ്റലോടെ...

ഉടൻ ബാക്കിയുള്ള ഗയ്സ് എല്ലാം കൂടെ പറഞ്ഞു... അവർക്കു പുതിയ വീഡിയോ ഇടാൻ ഉള്ള കോൺടെന്റ് കിട്ടി എന്നു...

അതിന്റെ ബാക്കിപത്രം ആണ് ഈ കാണുന്ന ബഹളം എല്ലാം..

അങ്ങനെ നാളെ തിരുവോണം...

എന്റെയും രാമേട്ടന്റെയും കല്യാണം ആണ്. നല്ല ആർഭാടം ആയിട്ടാണ് പിള്ളേര് നടത്തുന്നെ. ഞാൻ രാമേട്ടനെ ഒന്ന് നോക്കി...

യ്യോ...ദാരിദ്ര്യം ...

ദൈവം ഭയങ്കര സ്ലോ ആണ് പത്തു നാൽപത്തഞ്ചു കൊല്ലം മുൻപ് ചെയ്യേണ്ട കാര്യം ഈ അവസാന നിമിഷത്തിലാ തോന്നിയത്...

എന്തോ ആയാലും വേണ്ടിയില്ല അന്നും ഇന്നും എന്നും എന്റെ രാമേട്ടൻ ഏറ്റവും യോഗ്യൻ തന്നെ...

പിന്നെ ഈ കെയർ ഓഫ്-ഇൽ ആരും മരണം വരെ എന്നോട് ഇറങ്ങി പോകാനും പറയില്ലല്ലോ...

അപ്പോൾ കുട്ടികൾ വീഡിയോ എടുക്കാൻ എന്നെ വിളിച്ചു. എന്റെ കയ്യിൽ ചെറുമോൻ ഒരു ഗിഫ്റ്റ് തന്നു...

അതു തുറന്നപ്പോൾ ഒരു കൂവലും ബഹളവും തന്നെ... വീഡിയോ എടുത്തു കഴിയുമ്പോൾ നോക്കാം...

എല്ലാം കഴിഞ്ഞു ശശാങ്കൻ ഗിഫ്റ്റ് കാണിച്ചു തന്നു...

ഒരു ഫോട്ടോ....

പഴയ രാമേട്ടനും ഞാനും അണിഞ്ഞൊരുങ്ങി നിക്കുന്ന ഒരു കല്യാണഫോട്ടോ..

ഇപ്പോഴത്തെ ഏതാണ്ട് കുരുട്ടു ബുദ്ധിയിൽ ചെയ്തത് ആണ് എന്നു ശശാങ്കൻ പറഞ്ഞു..

എന്തായാലും ഈ തലമുറ കൊള്ളാം.. ഒരു ആയുസ്സ് മുഴുവൻ ആരും അറിയാത്ത എന്റെ പ്രണയം എങ്ങിനെയോ സഫലം ആയി.

അങ്ങനെ ഞാനും എണീക്കാൻ വയ്യാത്ത രാമേട്ടനും പൂക്കൾ ചുറ്റിയ ഊഞ്ഞാലിൽ ഈ ഫോട്ടോയും പിടിച്ചു കൊണ്ട് വീഡിയോയ്ക്ക് പോസ് ചെയ്യുന്നു..

അപ്പോൾ ബാക്ക്ഗ്രൗണ്ടിൽ മ്യൂസിക് കേൾക്കാം..

" സുന്ദരി നീയും സുന്ദരൻ ഞാനും

ചേർന്നിരുന്നാൽ തിരുവോണം.... "....

എങ്കിലും മീനാക്ഷിക്കു ഒരു ശങ്ക.

രണ്ടു കിഡ്നിയും പോയ ഈ കിളവന് എന്റെ കിഡ്നി വല്ലോം അടിക്കാനാണോ ഈ കുരി പ്പുകൾ ഈ നാടകം നടത്തുന്നെ...

സംശയത്തോടെ മീനാക്ഷി മൂത്ത ചെറുമോനെ ഒന്ന് നോക്കി. അവൻ കണ്ണിറുക്കി ചിരിച്ചു കാണിക്കുന്നു.

അല്ലേലും അറുപതു കഴിഞ്ഞ ഈ കിഡ്നി എന്തിനാ. അതല്ല എടുത്താലും എന്റെ രാമേട്ടന് വേണ്ടിയല്ലേ.....

അങ്ങിനെ ഒരു നിശബ്ദ പ്രണയം ആരാവങ്ങളോടെ സഫലം ആയി ഈ തിരുവോണത്തിന്...

മീനാക്ഷി എന്നാ താമരയ്ക്ക് വിടരാൻ വിധി കിട്ടിയത് സൂര്യൻ അണയാറായപ്പോൾ ആണെന്ന് മാത്രം..

കവിത

നിന്റെ ഹൃദയത്തിലേയ്ക്കുള്ള വഴി

സേതു

എന്റെ തൂലികത്തുമ്പിലെ അവസാനനീരും ഇറ്റുവീഴുംവരെയും,

നിന്നെ കുറിച്ചു മാത്രമായിരിക്കും അതിലെ ഓരോരോ അക്ഷരങ്ങളും വരികളും.

എന്നിൽ നിന്നും ഏറെ അകന്നു പോയീട്ടുകിലും,

എന്റെ ഹൃത്തിന്റെ ഉൾത്തുടിപ്പുകൾ നീ അറിയാതെ പോകില്ല പ്രിയ സഖേ,

നിന്നിൽ ഇപ്പോഴും എന്നെക്കുറിച്ചുള്ള ഒരായിരം ഓർമ്മകൾ

എന്നെന്നും കൂട്ടുകൂട്ടിയിട്ടില്ലേ,

അതോ, അതു ചില വിഹ്വലതകളായിമാറിയോ..?

ആ പാതയോരങ്ങളിൽ നമ്മൾ നമ്മളിരുവരും ചേർന്നു നെയ്തുകൂട്ടിയ ആ നനുത്ത ഒരായിരം ഓർമ്മകളിൽ

നീ ഇപ്പോഴും ജീവിക്കുകയോ..?

അതോ...?

ഒക്കെയും തണുത്തു മരവിച്ച പുൽമേടുപോലെ

ഒക്കെയും വ്യഥാവിലായി പോയി മറഞ്ഞുവോ...??

ഈ മൂക സന്ധ്യയിൽ നി മൗനമായി നിൽക്കുമ്പോഴും,

ഈ മൗനത്തിലും നീയറിയാതെ ഞാൻ നിന്നെ പ്രണയിച്ചുകൊണ്ടേയിരിക്കുന്നു,

എന്നിലെ ഓരോ തുള്ളി കണ്ണീരും രക്തവും വറ്റി തീരും വരെ

എന്നിലെ പ്രണയം നിനക്കായ് ഞാൻ കാത്തുവയ്ക്കും

എന്റെ ഹൃത്തിന്റെ ആ നനുത്ത കോണിൽ ,

അവസാന നിമിഷത്തിൻ പകുതിയിലെങ്കിലും,

എന്നിലെ വേദനയെങ്കിലും ഒപ്പിയെടുക്കുവാൻ

നീ വരുമെന്നു ഞാൻ കാത്തിരിക്കുന്നു,

എന്തിനു നീ എന്നെ വിദൂരത്തേയ്ക്കു വലിച്ചെറിഞ്ഞു കളഞ്ഞു..?

അതോ

നീ എന്നിൽ നിന്നുമകന്നു പോയെന്നതൊക്കെയും

എന്റെ തെറ്റിദ്ധാരണകളായിരുന്നോ..?

ആവോ...

അറിയില്ല...

എന്നിലെ ആർജ്ജവം

എന്റെ ഹൃത്തിനെ തീർത്തും ഛിന്നഭിന്നമാക്കുമ്പോഴും

ഒരു കീറിപ്പറിഞ്ഞ പഴഞ്ചചീല പോലെ ഉപയോഗശൂന്യമാകുമ്പോഴും

നിറഞ്ഞൊഴുകുന്ന നിണത്തിന്റെ പ്രവാഹം

നമ്മുടെ ഈ ജന്മങ്ങളുടെ ഇടനാഴിയിലൂടെ ഇഴഞ്ഞു നീങ്ങുന്നുവോ...

ആ നിണത്തിലലിയാനാവുമോ വിധി..

ഇനിയും വൈകിയാൽ നീയിരിക്കുന്ന എൻ്റെ ഹൃദയത്തിൽ നിന്നു ഞാൻ

എന്നേയ്ക്കുമായി എന്നെ വിദൂരതയിലേയ്ക്ക്
പറന്നകന്നുപോയീട്ടുമോ...

പ്രിയ സഖേ കണ്ണീരിനിടയിലും ഞാനാശ്വസിക്കുന്നു
എന്നിലേയ്ക്ക് നീ വന്നണയുമെന്ന്,
അതിനിനി കാലം വിദൂരമല്ല-
ഹൃദയമേ....
ഞാൻ കാത്തുനിൽക്കുന്നു അതിനായി...

കവിത

അക്ഷരത്തിന്റെ വേരുകൾ...

സേതു

ആഴത്തിലേക്കാഴ്ന്നിറങ്ങാനാവാത്തവണ്ണം,
മുറിച്ച് മാറ്റപ്പെട്ട വേരുകൾ
ഉച്ചവെയിലിൽ
ഉണങ്ങിക്കരിയാൻ തുടങ്ങിയിരിക്കുന്നു.
അക്ഷരശകലങ്ങൾ കൊണ്ട് കോറിയിടാൻ
കഴിയാത്തത്രു-
മുറിവുകൾ എന്റെ ചിത്തത്തിൽ നന്നേ പതിഞ്ഞിരുന്നു.
എന്തിനോ വേണ്ടിയുള്ള ആ നിനവുകൾ
ത്രാണനു ഇമ്പം കുറഞ്ഞതുപോലെയാകുന്നു.
എന്നിലെ ശരികൾ എന്നിലെ തെറ്റുകളാകുമോ..?
അതോ ഒക്കെയും ശരികളോ..!
ആവോ അറിയില്ല.
എന്നിലെ മനസിന്റെ ചിന്തകളുടെ
മടിത്തട്ടിലെന്നോണം മണ്ണിൽ,
ആ ഒരു ചെറിയ വൃക്ഷത്തിന്റെ വേരുകൾ
ആഴ്ന്നിറങ്ങിയപോലെ പരതുമ്പോഴും,
അവിടെയും എന്റെ മനസിന്റെ താക്കോൽ ഞാൻ
കൊടുക്കാതിരിക്കുമ്പോഴും,
ചില നനുത്ത ചിന്തകളുടെ കാറ്റുകൾ എന്നിലേയ്ക്ക്
വന്നടിയുമ്പോഴും,

എന്നെയോ എന്നിലെ മനസിനെയോ എങ്ങും കുഴിച്ചുമൂടീരുന്നില്ല

എന്നാൽ

എന്റെ പ്രതിച്ഛായ എന്നെയും എന്നിലെ ഇഷ്ട്ടത്തെയും വിട്ടു

പഴയൊരു പാഴ്മരത്തിന്റെ ചുവട്ടിലേയ്ക്കുഴിന്നിറങ്ങുംപോലെ...

ആ വേരുകൾ തമ്മിൽ നേർത്തൊരു പാളിയുടെ ശകലം

ഒക്കെതിനെയും തച്ചുടക്കുംപോലെ,

മുകളിലേയ്ക്ക് ഒരു കാറ്റുവീശുന്നു.

ആ കാറ്റിന്റെ ശക്തി കുറയ്ക്കാനുള്ള ത്രാണി എന്നിൽ നിന്നും കൊഴിഞ്ഞു പോയിരിക്കുന്നു,

പ്രാണന്റെ ഉയിരിന്റെ ത്രാണനത്തിനിനി
കാലമേറെയോ...

അതോ...

പ്രണയമായിരുന്നു അക്ഷരങ്ങളോടെന്നുമെനിക്ക്,

എന്നാൽ എന്നിലെ വേരുകൾക്ക് ചിതലരിക്കാൻ തുടങ്ങിയപ്പോൾ

ചെർത്തുവച്ചതിനെ ഒക്കെയും ഇലകൾ പൊഴിയുന്ന വേഗത്തിൽ

എന്നിലെ അക്ഷരസ്വപ്നങ്ങളെ ഞാനും കുഴിച്ചുമൂടാൻ തുടങ്ങീരിക്കുന്നു...

നന്മയുടെ സ്നേഹത്തിന്റെ പരിലാളനത്തിന്റെ

ആ ഉയിരിന്റെ വേരുകൾ ഇനിയും

ഉണരുമോ...

ആവോ

അറിയില്ല...?

കഥ

സോളോ

സന്ധ്യ ശ്യാമ

ഹോട്ടലിന്റെ രണ്ടാമത്തെ നിലയിലാണ് പാതി കവർ ചെയ്ത ഒരു ചെറിയ കോഫീ ഷോപ്. പേര് കോഫി ഷോപ് എന്നാണെങ്കിലും ഒരു ചെറിയ ബാർ. ബ്രിങ് യുവർ ഓൺ ബോട്ടിൽ ബാർ. അവിടെ ഇരുന്നു നോക്കിയാൽ നേരെ കാണുന്നത് ഉദയ്പൂറിന്റെ അഭിമാനമായ സിറ്റി പാലസ്. രാത്രിയുടെ നടുവിൽ , നക്ഷത്രങ്ങൾക്ക് താഴെ. ചുമന്നു നീണ്ടു നിവർന്നു തിളങ്ങുന്ന ഉദയ്പൂർ സിറ്റി പാലസ്... നാട്ടിൽ ആയിരുന്നെങ്കിൽ ഈ ഹോട്ടലിന് “പാലസ് വ്യൂ” എന്ന് ആയിരുന്നേനെ പേര്. നാട്ടിലെ അഴുക്കു പിടിച്ച കനാൽ ഇന്റെ അടുത്ത് ദുർഗന്ധം വമിക്കുന്ന 'കനാൽ വ്യൂ' ഹോട്ടലിൽ ഒരു ദിവസം തങ്ങിയതിന്റെ ഓർമയിൽ സുധി ചിരിച്ചു .

സുധി എന്നത് വിളി പേരാണ് : സുദീപ്ത മേനോൻ . നന്നായി തിളങ്ങുന്ന സുന്ദരി എന്നും അച്ഛന്റെ പഴയ ബംഗാളി ഗേൾ ഫ്രണ്ട് ഇന്റെ ഓർമ ആണെന്നും ബന്ധുക്കൾ മാറി മാറി പറഞ്ഞു. ചുരുക്കി വിളിച്ചാൽ ആണ് ആണെന്നും നീട്ടി വിളിച്ചാൽ ബംഗാളി ആണെന്ന് ഉള്ള ഒരു ഐഡന്റിറ്റി ക്രൈസിസ്സിൽ ആയിരുന്നു സുധിയുടെ ബാല്യം. അന്നൊക്കെ അതായിരുന്നു ജീവിതത്തിലെ വലിയ പ്രശ്നം. പിന്നെ 13 ആം വയസ്സിൽ വണ്ണവും , 18 ആം വയസ്സിൽ അമ്മാവന്റെ തലോടലിന്റെ അർഥം മാറിയതും, 24 ആം വയസ്സിലും കല്യാണം ആകാത്തതും ഒക്കെ ആയി

ചെറിയ വലിയ പ്രശ്നങ്ങളിലൂടെ ഉള്ള ഒരു സാധാരണ ജീവിതം. 25 ആം വയസ്സിൽ ബാങ്ക് ഇൽ ജോലി ചെയ്യുന്ന രമേശ് മായി വിവാഹം, വൈകി ആണേലും അത് കഴിഞ്ഞയുടനെ സാമാന്യം നല്ല ഒരു പ്രൈവറ്റ് കമ്പനിയിൽ ജോലി. ഒരു മകൻ. അതോടെ പ്രശ്നങ്ങൾ എല്ലാം തീർന്നു. "..രണ്ടു പേർക്കും നാട്ടിൽ ജോലി, ഒറ്റ മകൻ, കുട്ടിയെ നോക്കാൻ അപ്പൂപ്പനും അമ്മൂമ്മ യും . രമേശ് ആണെങ്കിൽ കുടുംബം വിട്ടു ജീവിക്കാൻ വയ്യാത്തത് കൊണ്ട് പ്രൊമോഷൻ കൂടെ വേണ്ട എന്ന് വച്ചിരിക്കുന്നു." എല്ലാരും പറഞ്ഞു "..സുധി തന്നെ ഭാഗ്യം ചെയ്തത്..'.

സുധിയുടെ ജോലിയിൽ പ്രൊമോഷനും ശമ്പള വർധനവും പതിവായി. വർഷം തോറും ഗവണ്മെൻറിന് കടം മാത്രം കൂടിയപ്പോൾ, സുധി വർഷം തോറുമുള്ള ശമ്പളവർധന ആരോടും പറയാതെ ആയി. "പെൺകുട്ടികൾക്കു വിനയം, ഭർത്താവു ഇപ്പോഴും ഒരു തുക്കം മുന്നിൽ", എന്നൊക്കെ അമ്മ പറഞ്ഞത് ഓർത്തിട്ടാണോ, "പെണ്ണുങ്ങൾക്കു എപ്പോഴും സ്വന്തം സമ്പാദ്യം വേണം" എന്ന് അമ്മൂമ്മ പറഞ്ഞത് ഓർത്തിട്ടാണോ എന്ന് അറിയില്ല. സുധിയുടെ ആരും അറിയാത്ത മ്യൂച്ചൽ ഫണ്ട് വളർന്നു വന്നു .....

"മാഡം ഔർ കുച്ച് ചാഹിയെ?" തേച്ചു മിനുക്കിയ വെള്ള കുർത്തയിൽ വെയിറ്റർ വന്നു ചോദിച്ചു. സുധി വാച്ചിൽ നോക്കി. സമയം 11 കഴിഞ്ഞു, ഒന്ന് ഉറങ്ങി കൂടെ എന്നാണ് ഗോപിചന്ദിൻ്റെ ചോദ്യം. "കുച്ച് നഹിം. ആപ് ജായിയെ". സുധി ചിരിച്ചു കൊണ്ട് പറഞ്ഞു. ചുറ്റും നോക്കി. ആരും ഇല്ല. ചെറിയ കാറ്റു. കാലു പൊക്കി വച്ച് സോഫ യിലേക്ക് ചാരി കിടന്നു. പ്രൗഢിയോടെ നെഞ്ച് വിരിച്ചു നിൽക്കുന്ന ചുമപ്പ് കോട്ട കണ്ടു മതി ആകാത്ത പോലെ. ഉറക്കവും യാത്ര ക്ഷീണവും

ചിന്തകളെ മന്ദം ആക്കിയിട്ടും സുധി ചാരി കിടന്നു . ഒരു പുഞ്ചിരിയോടെ.

അഞ്ചു മണിക്കുള്ള സ്ഥിരം അലാറം കേട്ടപ്പോഴാണ് സുധി ഉണർന്നത്. രാത്രി എപ്പോഴാണ് മുറിയിലേക്ക് വന്നത് എന്ന് ഓർമയില്ല . കട്ടി കൂടിയ ചുമപ്പ് കർട്ടൻറെ ഇടയിൽ കൂടി സുധി പുറത്തേക്കു നോക്ക്. നല്ല ഇരുട്ട്. അലാറം ഓഫ് ആക്കി സുധി പിന്നേം കിടന്നു. രണ്ടു ദശാബ്ദത്തെ ശീലങ്ങൾ മാറുന്നതല്ലല്ലോ. പതുക്കെ എഴുന്നേറ്റു ഇലക്ട്രിക്ക് കെറ്റിലിൽ വെള്ളം നിറച്ചു. കസേരയിൽ ചാരി ഇരുന്നു ചായ കുടിക്കുമ്പോൾ സുധിയുടെ നെറ്റി ചുളിഞ്ഞു. പാൽ പൊടിയുടേം റ്റി ബാഗ് ഇന്റെയും ഒരിക്കലും ചേരാത്ത ഒരു വൃത്തി കേട്ട പ്രണയം പോലെ തോന്നി സുധിക്ക് ആ ചായ. ഒരു രണ്ടു വാ കുടിച്ചു ജെക്കേറ്റ് എടുത്തു ഇട്ടു സുധി പുറത്തേക്കു ഇറങ്ങി. നീണ്ടു കിടക്കുന്ന കോണി പടി ഇറങ്ങി വേണം ഹോട്ടലിൽ നിന്ന് റോഡിൽ ഇറങ്ങാൻ, ഇവിടെ നൂറ്റാണ്ടുകൾ പഴക്കം ഉള്ള ഹെറിറ്റേജ് ഹോട്ടലുകൾ ഉണ്ട്. എന്നാൽ പുതിയ ഹോട്ടലുകളും മിക്കവാറും ഒരു കൊട്ടാരത്തിന്റെ പ്രതീതി ജനിപ്പിക്കുന്ന രീതിയിൽ ആണ് കെട്ടിയിരിക്കുന്നത് . മുട്ടിലെ ചെറിയ വേദന മറന്നു സുധി ആ പടികൾ ഇറങ്ങി തുടങ്ങി. പടി ഇറങ്ങി ഹോട്ടലിൻ്റെ ഗേറ്റ് എത്തിയാൽ അത് നേരെ തുറക്കുന്നത് മാർക്കറ്റിലേക്കാണ്. ടാക്സി ഡ്രൈവർ പറഞ്ഞത് സുധി ഓർത്തു . ഉദയ്പൂർ രണ്ടു ഭാഗം ആണ്. ഓൾഡ് സിറ്റി ഉം ന്യൂ സിറ്റി ഉം . ഇത് ഓൾഡ് സിറ്റി ആണ്. ചെറിയ വഴികൾ. ടാക്സികൾ പാടില്ല. ഗേറ്റ് എത്തിയപ്പോൾ പാതി ഉറക്കത്തിൽ എഴുന്നേറ്റു ഷാൾ പുതച്ച ഒരു കിഴവൻ സെക്യൂരിറ്റി എഴുന്നേറ്റു സല്യൂട്ട് നൽകി.

ഗേറ്റ് ഇറങ്ങി ഇടത്തേക്ക് നടന്നു. രണ്ടു വശവും ചെറിയ കടകൾ. ചിലതിൽ മുൻ വശത്തു

തോരണങ്ങൾ. പശുക്കളെ രാവിലെ തീറ്റ കൊടുക്കാൻ കൊണ്ട് പോകുന്ന കുട്ടികൾ. ഇന്നലത്തെ മഴയുടെ ഒഴുകി തീരാത്ത ചാലുകൾ. വീണ്ടും മുന്നോട്ടു നടന്നപ്പോൾ ചെറിയ പൂക്കടകൾ കണ്ടു തുടങ്ങി. ഇടത്തേക്ക് തിരിഞ്ഞു മുകളിലേക്ക് കയറിയാൽ ജഗദീഷ് മന്ദിർ. ഇടതും വലതും ഒക്കെ കുറെ ഹോട്ടലുകൾ. സുധി ചുറ്റും നോക്കി. ആളൊഴിഞ്ഞ ഒരു ചായ കട. നാട്ടിലെ ചായ കട യുടെ വലുപ്പം ഇല്ലെങ്കിലും , ഒരു കറുത്ത ബോർഡിൽ ക്യാപ്പുച്ചിനോ, കഫേ ലാറ്റെ എന്നൊക്കെ വലിയ വലിയ പേരുകൾ എഴുതി വച്ചിട്ടുണ്ട്. ബോർഡിൽ നിന്ന് കണ്ണെടുത്തു 'സാദാ ചായ് ' എന്ന് പറഞ്ഞു കൊണ്ട് സുധി അകത്തു കയറി ഇരുന്നു. വെളിച്ചം കുറവുള്ള അകത്തേക്ക് നീണ്ട മുറി. മുറിയുടെ അങ്ങ് അറ്റത്തു അരണ്ട വെളിച്ചത്തിൽ ഒരാൾ എന്തോ കുത്തി കുറിക്കുന്നു. അലസമായി ധരിച്ച മുട്ടറ്റം വരുന്ന ഒരു പാന്റ് ഉം നീല ടി ഷർട്ട് ഉം .. ചായ കുടിച്ചു തീരുമ്പോഴേക്കും വെളിച്ചം കുറച്ചു കൂടെ കൂടിയിരുന്നു. ആ വെളിച്ചത്തിൽ അയാളുടെ കഴുത്തിൽ ഒരു കറുത്ത നൂല് കാണാം . അതിന്റെ അറ്റത്തു തൂങ്ങുന്ന ഒരു രുദ്രാക്ഷവും . ഒന്നും കൂടെ നോക്കിയപ്പോൾ മനസ്സിലായി, അയാൾ എഴുതുകയല്ല. എന്തോ വരയ്ക്കുക ആണ്.

തിരികെ ഹോട്ടലിലേക്ക് നടക്കുമ്പോൾ സുധി നോക്കുകയായിരുന്നു, . ഇവിടുത്തെ വീടുകളും മിക്കതും ഇങ്ങനെ ആണ്. പുറത്തു നിന്ന് ഒരു ഇടുങ്ങിയ വാതിൽ അല്ലെങ്കിൽ വഴി മാത്രം കാണും. അകത്തേക്ക് ഒളിഞ്ഞു നോക്കിയാൽ വഴിയിൽ ഒരു സ്കൂട്ടർ അല്ലെങ്കിൽ സൈക്കിൾ. വീണ്ടും അകത്തേക്ക് എത്തി നോക്കിയാൽ ഇടുങ്ങിയ വഴിക്കു അകത്തേക്കായി ഒന്നോ രണ്ടോ വലിയ വീടുകൾ. തിരികെ ഹോട്ടൽ ഇൽ എത്തി കുളിച്ചു, ഇളം പച്ച

സ്ലീവെലെസ്സ് കുർത്ത എടുത്തു ധരിച്ചു. പിന്നെ കാലിൽ ഒരു ചുമപ്പും സ്വർണവും മുത്തുകൾ ഉള്ള ഒരു കൊലുസും. ബോംബെ എയർപോർട്ടിൽ നിന്ന് വാങ്ങിയതാണ്. വീട്ടിൽ ആണേൽ ഓഫിസിലേക്കു ഇറങ്ങുമ്പോഴേ അമ്മയുടെ ചോദ്യങ്ങൾ വരും. ചുരിദാർ ഇറുകി പോയോ, ഷാൾ ഇട്ടില്ലേ, ലിപ്സ്റ്റിക്കിൻ്റെ നിറം കൂടി പോയോ. ഒന്നും കേട്ടില്ല എന്ന് നടിച്ചു ഇറങ്ങിയാലും, ദിവസത്തിൽ പലപ്പോഴായി ആ ചോദ്യങ്ങൾ ഉള്ളിൽ നിന്ന് തികട്ടി വരും. രമേശ് പിന്നെ, മൊബൈലിൽ നിന്ന് കണ്ണ് എടുക്കാത്തത് കൊണ്ട്, ഒന്നും കാണാറും കേൾക്കാറും ഇല്ല. ഒരു തരത്തിൽ മൊബൈലും നോക്കി ഉള്ള ആ ഇരുപ്പ് സുധിക്ക് ഒരു സമാധാനം ആയിരുന്നു. ഒരിക്കലും മനസ്സിലാകാത്ത ബാങ്ക് കഥകളോ രാഷ്ട്രീയമോ മാത്രം ആയി മാറിയ സംസാരങ്ങളിൽ നിന്നും ഒരു മോചനം. ഒന്നാലോചിച്ചാൽ രണ്ടു പേരും കുറെ നാളായി ഒന്നിച്ചിരിക്കാതിരിക്കാൻ കാരണങ്ങൾ കണ്ടു പിടിച്ചിരിക്കണം, രാവിലെ സുധിക്ക് അടുക്കള, രമേശിന് കൃഷി , പിന്നെ രണ്ടു വഴിക്കു ഓഫീസ്, രാത്രി ആഹരം കഴിഞ്ഞു മുറിയിൽ കയറി സുധി ലാപ്പ്ടോപ്പ് എടുക്കും, രമേശ് മൊബൈൽ ഉം, സുധി ലാപ്പ്ടോപ്പ് അടക്കുമ്പോഴേക്കും രമേശ് ഉറങ്ങിയിരിക്കും. ഒരു സാധാരണ ജീവിതം. അപ്പോഴും എല്ലാരും പറഞ്ഞു 'സുധി തന്നെ ഭാഗ്യം ചെയ്തത്'.

മകൻ വലുതായതോടെ, സാധാരണ ജീവിതം സുധിക്കു കൂടുതൽ മടുത്തു തുടങ്ങി. ആഹാരം കഴിക്കാൻ വിളിച്ചാൽ മാത്രം തുറക്കുന്ന മകൻ്റെ ബെഡ്‌റൂം ഡോർ , അമ്മയുടെ അടുത്ത് ഇരുന്നാൽ മടുപ്പിക്കുന്ന അടുത്ത വീട്ടുകാരുടെ വിശേഷം. അങ്ങനെ ആണ് സുധി കൂട്ടുകാരോട് ഒത്തുള്ള ഒരു ട്രിപ്പ് ആലോചിച്ചു തുടങ്ങിയത്. " എടാ അടുത്ത മാർച്ച് കഴിയട്ടെ, അവൻ്റെ പരീക്ഷ കഴിയും, അയ്യോ ചേട്ടന്

ഇഷ്ടം ഇല്ല , ഒരു ദിവസത്തെ ഔട്ടിങ് പോരെ? . ഇങ്ങനെ അവസാനം ഇല്ലാത്ത ചോദ്യങ്ങളും ഉത്തരങ്ങളും ആയി ഫ്രണ്ട്സ് ഒതുങ്ങിയപ്പോൾ ആണ്, ഒരു ദിവസം സുധി വീട്ടിൽ പറഞ്ഞത്. "അടുത്ത ആഴ്ച ഉദയ്പൂരിൽ ഒരു കോൺഫറൻസ്. ഞാൻ സൺഡേ പോകും" . "മം...", മൊബൈൽ ഇൽ നിന്ന് കണ്ണ് എടുക്കാതെ രമേശ് മൂളി . ബോംബെ വഴി ആയിരുന്നു ഫ്ലൈറ്റ്. ആറ് മണിക്കൂർ ബോംബെ എയർപോർട്ട് ഇൽ ലെയ് ഓവർ. ഇൻഡിഗോ ഫ്ലൈറ്റിലെ തണുത്ത സാൻഡ്വിച്ചിൻ്റെ അരുചി മാറ്റാൻ ഒരു കാപ്പി യും കുടിച്ചു സുധി നടന്നു. രണ്ടു വശവും തിളങ്ങുന്ന കടകൾ, കുറെ നടന്നപ്പോൾ ഇടതു വശത്തു "സ്റ്റൈൽ സ്പാ ആൻഡ് പാർലർ". രണ്ടു മണിക്കൂർ കഴിഞ്ഞു അവിടുന്ന് ഇറങ്ങിയപ്പോൾ ക്രെഡിറ്റ് കാർഡ് ഇന് ഭാരം കൂടിയെങ്കിലും, സുധിയുടെ മുഖത്ത് പുഞ്ചിരി ഉണ്ടായിരുന്നു. തോളറ്റം വെട്ടിയ മുടിയും, ചുമന്ന നെയിൽ പോളിഷും ഒക്കെ ആയി കുറച്ചു കൂടി നടന്നു അടുത്ത കടയിൽ കയറി. ഫാബ് ഇന്ത്യ, അവിടെ നിന്നാണ് രണ്ടു സ്ലീവ് ലെസ്സ് കുർത്തയും കൊലുസും വാങ്ങിയത്.

റൂമിലെ ഫോൺ റിങ് ചെയ്തു. "ടാക്സി റെഡി മാഡം". സുധി കണ്ണാടിയിൽ നോക്കി . സുന്ദരി ആയിരിക്കുന്നു. ഒരുപാട് നാളിനു ശേഷം ആണ് സുധിക്ക് അങ്ങനെ തോന്നിയത്. കാലു കട്ടിലിനു മുകളിൽ വച്ച് കൊലുസു ഇറുകിയിട്ടു ഉണ്ടോ എന്ന് ഉറപ്പാക്കി. കല്യാണം കഴിഞ്ഞ നാളുകളിൽ സ്വർണ കൊലുസു ഉണ്ടായിരുന്നു സുധിക്ക്. അന്നൊക്കെ രമേശിന് അത് വലിയ ഇഷ്ടം ആയിരുന്നു. സുധി കട്ടിലിൽ ചാരി ഇരിക്കുമ്പോൾ സുധി നൈറ്റി അല്പം പൊക്കി വക്കും. രമേശ് വന്നു അടുത്ത് ഇരുന്നു ആ കൊലുസിൽ തലോടും, ഉമ്മ വയ്ക്കും.... പിന്നെ പതുക്കെ പതുക്കെ അത് കാണാതെ ആയി രമേശ്. രാവിലെയും

രാത്രിയും... വീട് വയ്ക്കാനായി പണയം വയ്ക്കേണ്ടി വന്നപ്പോൾ സുധി ആദ്യം ഊരി കൊടുത്തത് കൊലുസു ആയിരുന്നു. പണയം എടുത്തിട്ടും, അത് പിന്നെ ഒരിക്കലും സുധി യുടെ കാൽ കണ്ടിട്ടില്ല .

മുറി പൂട്ടി താഴേക്കു നടന്നു സുധി. കിഴവന്റെ സ്ഥാനത്തു ഒരു ചെറുപ്പകാരൻ സെക്യൂരിറ്റി. സല്യൂട്ട് ചെയ്തു അയാൾ പറഞ്ഞു ."സിറ്റി പാലസ് റൈറ്റ് സൈഡ് ജാനാ ഹേ മാഡം" . ചോദിക്കാതെ തന്നെ ഉപദേശം ഒഴുക്കുന്ന നാട്ടുകാരെ പോലെ അയാൾ പറഞ്ഞു. ടാക്സിയിൽ കയറി ചാരി ഇരുന്നു, സൺ ഗ്ലാസ് എടുത്തു കണ്ണിൽ വച്ച് സുധി പറഞ്ഞു. സമ്മർ പാലസ് ചലോ. പണ്ട് രാജാവ് രാജ്ഞി മാർക്ക് വേണ്ടി മല മുകളിൽ ഉണ്ടാക്കിയ സമ്മർ പാലസ്. ഒന്ന് രണ്ടു സ്ഥലങ്ങൾ ഒകെ കണ്ടു. ഉച്ചക്ക് മേവാർ കാരുടെ പ്രസിദ്ധമായ മില്ലറ്റ് ബിരിയാണി. ഇളം നീലയും പിങ്ക് നിറമുള്ള സോഫയും കർട്ടനും ചുമർ ചിത്രങ്ങളുമായി ഒരു കൊട്ടാരത്തിന്റെ പ്രതീതി തരുന്നതായിരുന്നു റെസ്റ്റോറൻ്റിൻ്റെ താഴത്തെ നില. ചെറിയ പടികൾ കയറി മുകളിൽ ചെന്നാൽ ഒരു സാധാരണ സ്ഥലം. നല്ല രുചി ഉള്ള ഭക്ഷണം എല്ലാം ടാക്സി ഡ്രൈവർ ആണ് തീരുമാനിച്ചത്. ഒന്നും തീരുമാനിക്കേണ്ട എന്നുള്ളതും ഒരു സുഖം ആണ്. രാവിലെ എന്ത് ഉണ്ടാക്കണം, ഏതു മലക്കറി വാങ്ങണം, ഏതു സ്കൂളിൽ ചേർക്കണം മുതൽ ഏതു കളർ പെയിന്റ് അടിക്കണം, ഏതു ബാങ്കിൽ നിന്ന് ലോൺ എടുക്കണം വരെ എല്ലാ തീരുമാനങ്ങളും എടുത്തു മടുത്ത സുധിക്ക് തീരുമാനങ്ങൾ ഇല്ലാത്ത ഒരു ദിവസം സുഖം ആയിരുന്നു. എല്ലാം ചുറ്റി തിരികെ ഹനുമാൻ ഘട്ട് ഇൽ സൺസെറ് കാണാൻ എത്തി. അവിടെ നിന്ന് അടുത്താണ് ഹോട്ടൽ. ടാക്സി ഡ്രൈവറിനെ പറഞ്ഞു വിട്ടു സുധി. ടൂറിസ്റ്റുകളുടെ ബഹളത്തിൽ നിന്ന് ഒഴിഞ്ഞു ഒരു അറ്റത്തു പോയി

ഏറെ നേരം അവിടെ ഇരുന്നു. ഇരുട്ടി തുടങ്ങിയപ്പോൾ തിരക്ക് ഒഴിഞ്ഞു തുടങ്ങി. ദൂരെ അമ്പലങ്ങളിലെ മണി അടി, ദീപങ്ങളുടെ തിളക്കം. അവിടെ അവിടെ ആയി ചേർന്ന് ഒരുക്കുന്ന യുവ മിഥുനങ്ങൾ. പതുക്കെ എഴുന്നേറ്റ് ഒരു ഓട്ടോ പിടിച്ചു തിരികെ ഹോട്ടൽ ഇൽ എത്തുമ്പോഴേക്കും 8 മണി. താഴത്തെ നിലയിൽ നിന്ന് ഒഴുകി വരുന്ന പാട്ട. അതിനു ഒരു സുഖം ഉണ്ടായിരുന്നു എങ്കിലും സുധി ലിഫ്റ്റ് കയറി നേരെ നാലാമത്തെ നിലയിൽ പോയി, വീണ്ടും ചുമന്ന കോട്ടയും കണ്ട് കിടന്നു.. ഭക്ഷണം കഴിച്ച നേരത്തെ മുറിയിൽ പോയി സുധി നന്നായി ഉറങ്ങി.

രാവിലെ 5 മണിക്ക് തന്നെ അലാറം വച്ചിരുന്നു. ഗാന്റ്ഗർ ഘട്ട് ഇൽ സൂര്യോദയം കാണണം. നീണ്ട പടികൾ വീണ്ടും ഇറങ്ങി സുധി ഒരു ഓട്ടോയിൽ കേറി. ആറ് മണിക്ക് മുന്നേ എത്തി. ഉദയ്പൂർ നിറയെ ഘട്ട് ഉകൾ ആണ്. ഘട്ട് എന്നാൽ കടവ്. ലേക്ക് സിറ്റിയിൽ കടവുകൾക്കാണോ പഞ്ഞം. ഓരോന്നിനും അതിന്റെതായ സൗന്ദര്യവും. ഓട്ടോയിൽ നിന്ന് ഇറങ്ങി സുധി പടികൾക്കു അരികിലേക്ക് നടന്നു. സൂര്യന്റെ കിരണങ്ങൾ പതുക്കെ വരുന്നതേ ഉള്ളൂ. ഉദൈപൂർ ന്റെ സൗന്ദര്യം മുഴുവൻ പ്രീ വെഡിങ് ഫോട്ടോഗ്രാഫിയിൽ പിടിച്ചെടുക്കാൻ വന്ന വധൂ വരന്മാർ ആയിരുന്നു അവിടെ നിറയെ. പ്രാവുകളെ അരി മണി കൊടുത്തു വരുത്തും. എന്നിട്ട് അതിനെ ഓടിച്ചു വിടും. പ്രാവുകൾ പറക്കുന്ന ത്തിന്റെ ഇടയിൽ നിക്കുന്ന വധു വരന്മാർ. പാവം പ്രാവുകൾ. വീണ്ടും വീണ്ടും മോഹത്തോടെ തിരികെ വരും. പ്രാവുകളും ആൾ കൂട്ടവും വധു വരന്മാരും അവളെ അസ്വസ്ഥമാക്കി.

അവിടെ നിന്ന് ഇറങ്ങി സുധി അല്പം നടന്നു ഒരു പാലത്തിലേക്കി കയറി. രണ്ടു മൂന്നു അടി

പാലത്തിലേക്ക് കയറിയപ്പോൾ കണ്ടു, കുറച്ച അകലെ പാലത്തിന്റെ അറ്റത് ആയി ഒരാൾ ക്യാൻവാസിൽ പടം വരക്കുന്നു. ദൂരെ കാണുന്ന ഗോപുരങ്ങളും സൂര്യന്റെ സ്നേഹത്തിൽ തിളങ്ങുന്ന വെള്ളവും ഒക്കെ നിറഞ്ഞ പെൻസിൽ സ്കെച്ച്. സുധിയുടെ നടത്തയുടെ വേഗം കുറഞ്ഞു. കുറച്ച അകലെ നിന്ന് ആ കാൻവാസിലേക്ക് തന്നെ നോക്കി. നിഴൽ കണ്ടിട്ടാണ് എന്ന് തോന്നുന്നു അയാൾ തിരിഞ്ഞു നോക്കി. മുട്ടറ്റം വരുന്ന പാന്റും മുഴിഞ്ഞ ഒരു കറുത്ത ടി ഷർട്ട്-ഉം. വലിഞ്ഞു തൂങ്ങിയ ടി ഷോർട്ട് ന്റെ കഴുത്തിൽ കൂടെ ആ കറുത്ത നൂലിന്റെ അറ്റത്തു ഒരു തുദ്രാക്ഷം. ഇന്നലെ ഇരുട്ടിൽ അയാളുടെ വെളുപ്പും കറുപ്പും സ്വർണ നിറവും കലർന്ന കുറ്റി താടി കണ്ടിട്ടില്ലായിരുന്നു. സുധി നോക്കുന്നത് കണ്ടിട്ടു അയാൾ ചിരിച്ചു കൊണ്ട് എന്തോ പറഞ്ഞു. ഇംഗ്ലീഷ് അല്ലാന്നു തോന്നുന്നു. ഒരു ചെറിയ ചിരി തിരികെ കൊടുത്തിട്ടു സുധി മുന്നോട്ടു നടന്നു. ഒരു 5 അടി മുന്നോട്ടു നടന്നാൽ പടികൾ. അവിടെ ഇരുന്നു കാലുകൾ നീട്ടി സുധി ഇരുന്നു. സൂര്യന്റെ തിളക്കത്തിൽ അവളുടെ കൊല്ലുസിന്റെ തിളക്കം കുറച്ച കൂടിയിരുന്നു.

വെയിലിന്റെ കാഠിന്യം കൂടിയപ്പോൾ സുധി വീണ്ടും എഴുന്നേറ്റു. വിശപ്പ് തോന്നി തുടങ്ങിയിരിക്കുന്നു. തിരികെ ഹോട്ടലിൽ പോയി ഇഡലി ഉണ്ടാക്കാൻ അറിയാത്ത ഷെഫ് ഇന്റെ ഇഡലിയും തണുത്ത ചമ്മന്തിയും കഴിക്കാൻ മടിച്ച അവൾ ഒരു ഓട്ടോയിൽ കയറി. "ജഗദീഷ് മന്ദിർ. ഓട്ടോകാരനോട് പറഞ്ഞു. അമ്പലത്തിന്റെ അവിടെ ഇറങ്ങി അവൾ വീണ്ടും താഴേക്കു നടന്നു. കുറെ കടകൾ. ഒന്ന് രണ്ടു വെള്ള തുള്ളികൾ അവളുടെ മുഖത്തേക്ക് വീണു. അടുത്ത് തന്നെ ഒരു കഫേ കണ്ടു. ഒന്ന് രണ്ടു വെള്ളക്കാർ ഇരിപ്പുണ്ട്. നല്ല സാൻഡ്വിച് കിട്ടുമായിരിക്കും.

ഓർഡർ കൊടുത്തിട്ട് വീണ്ടും മെനു കാർഡ് തിരിച്ചും മറിച്ചും നോക്കുമ്പോൾ ആണ് അവളുടെ കണ്ണുകൾ ഒരു അറ്റത്തേക്ക് പതിഞ്ഞത്. ക്യാൻവാസ് ഒരു തുണി സഞ്ചിയിൽ കസേരയ്ക്ക് അരികെ വച്ചിട്ടുണ്ട്. മേശ പുറത്തു വച്ചിരിക്കുന്ന ടിഷ്യു പേപ്പർ എടുത്തു അതിൽ എന്തോ വരക്കുന്നു. പൊക്കം കുറഞ്ഞ മേശയിലേയ്ക്ക് കുനിഞ്ഞു ഇരുന്നു വരയ്ക്കുമ്പോൾ അതിനു താളം പിടിക്കുന്ന പോലെ അയാളുടെ രുദ്രാക്ഷം ആടുന്നുണ്ടായോരുന്നു.

എഗ്ഗ് സാൻഡ്‌വിച്ചും കഴിച്ചു ചൂട് കോഫി ഇറക്കുമ്പോഴേക്കും, മഴയുടെ ശക്തി കൂടിയിരുന്നു. കുടയും ഇല്ല. വേഗം എഴുന്നേറ്റു ബിൽ പേ ചെയ്തു പടി ഇറങ്ങി. നനഞ്ഞു കിടന്ന പടിയിൽ കാൽ വഴുതി മുന്നോട്ടു വീഴുമ്പോഴേക്കും സാവധാൻ സാവധാൻ എന്ന് പറഞ്ഞു മൂന്ന് നാല് പേര് കൂടിയിരുന്നു അവിടെ. "ഐ ആം ഓക്കേ" എന്ന് പറഞ്ഞു ചമ്മലോടെ അവൾ വേഗം നടന്നു. ഒരു അല്പം നടന്നപ്പോഴേക്കും അസഹ്യമായ വേദന കാലിന്റെ കണ്ണിലൂടെ അരിച്ചു കയറുന്നുണ്ടായിരുന്നു. മുഖത്തേക്ക് വീണ മഴ വെള്ളം തുടച്ചു മാറ്റി വീണ്ടും കാലു മുന്നോട്ടു വച്ച്. വേദന സഹിക്കാതെ അവൾ ചരിഞ്ഞു അടുത്തുള്ള ഒരു പടിയിൽ ചാരി ഇരുന്നു. ആ അപരിചിത നഗരത്തിൽ ആരും കാണുന്നുണ്ടായിരുന്നില്ലെഗിലും കണ്ണിലൂടെ ഒഴുകി വന്ന കണ്ണീർ അവൾ വേഗം തുടച്ചു മാറ്റി. കണ്ണ് തുടച്ചു തല പൊക്കി നോക്കുമ്പോൾ മുന്നിൽ വീണ്ടും അയാൾ. മനസികാത്ത ഭാഷയിൽ അയാൾ എന്തോ പറഞ്ഞു. പിന്നെ ഒരു നിമിഷം കഴിഞ്ഞു ആലോചിച്ചു എന്തോ ഓർത്തു എടുത്ത പോലെ ചോദിച്ചു, "പെയിൻ?" . അവൾ തല ആട്ടുമ്പോഴേക്കും അയാൾ കുനിഞ്ഞു ഇരുന്നു അവളുടെ കാലിൽ പിടിച്ചു. അയാളുടെ സ്വർണ്ണ നിറമുള്ള കുറ്റി താടിയിലൂടെ മഴ തുള്ളികൾ ഒഴുകുന്നുണ്ടായിരുന്നു. ഒരു വിദഗ്ധനായ

മർമ ചികിത്സകനെ പോലെ അവളുടെ ഞരമ്പിലൂടെ അയാളുടെ വിരലുകൾ അമർന്നു. അയാളുടെ കൈയിൽ ഇറുക്കി പിടിച്ചു അവൾ എഴുന്നേറ്റു. പതുക്കെ പതുക്കെ പിടിച്ചു മുന്നോട്ടു നടക്കുമ്പോൾ വലത്തോട്ടുള്ള ഒരു ചെറിയ ഇടവഴി കാണിച്ചു അയാൾ പറഞ്ഞു. മൈ റൂം. മെഡിസിൻ. അനുസരണ ഉള്ള ഒരു കുട്ടിയെ പോലെ അവൾ നടന്നു. അയാളെ പോലെ തന്നെ വൃത്തി ഇല്ലാത്ത ഒരു മുറി. ഒരു ചെറിയ കട്ടിൽ. മുറി നിറയെ മനോഹരമായ പെൻസില് സ്കെച്ച് ഉകളും പെയിന്റിങ്ങുകളും. തുണി സഞ്ചി ഒരു ആണിയിൽ തൂക്കി അയാൾ അലമാര തുറന്നു എന്തോ നോക്കുന്നുണ്ടായിരുന്നു. കട്ടിലിൽ കാലു നീട്ടി ഇരുന്ന സുധിയുടെ അടുത്തേക്ക് വന്നു ഒരു ചെറിയ ഓയിന്റ്മെന്റ് എടുത്തു അയാളുടെ വിരലുകൾ വീണ്ടും അവളുടെ കാലിലെ ഞരമ്പിലൂടെ നടന്നു.

എപ്പോഴാണ് ആരാണ് ആദ്യം മുഖം അടുപ്പിച്ചത് എന്ന് അറിയില്ല. ഒരാൾക്കു കിടക്കാൻ കഷ്ടി ഉള്ള കട്ടിലും, മുഴിഞ്ഞ ചുവരുകളും എല്ലാം സാക്ഷി ആയി. ഇടക്കെപ്പോഴോ അവളുടെ കൈ തട്ടി താഴെ വീണ ബാഗ് ഇൽ നിന്ന് അയാളുടെ ക്യാൻവാസ് പുറത്തേക്കു ചാടി. അതിലെ ഗാന്ഗ്രർ ഘട്ട് ഉം സൂര്യനും വെള്ളത്തിനും ഒപ്പം കരിങ്കൽ പടിയിൽ ചുമന്ന നിറമുള്ള കാൽ വിരലുകളും ചുമപ്പ് മുത്തുകൾ തൂങ്ങുന്ന കൊലുസും ഉണ്ടായിരുന്നു. .

ചാറി തുടങ്ങിയ മഴ പെരുമഴ ആയി പെയ്തു ഒതുങ്ങിയപ്പോൾ, സുധി മുറിയിൽ നിന്ന് ഇറങ്ങി. മഴ വെള്ളം ഒലിച്ചിറങ്ങുന്ന ഇട വഴിയിലൂടെ നടന്നു. നടക്കുക ആയിരുന്നോ ഓടുക ആയിരുന്നോ എന്ന് അറിയില്ല. ആദ്യം കിട്ടിയ ഓട്ടോ യിൽ കയറി. നീണ്ട പടികൾ ഓടി കയറുമ്പോഴും കാലിന്റെ വേദന അവൾ അറിയുന്നുണ്ടായിരുന്നില്ല. ലിഫ്റ്റ് കയറി നേരെ മുകളിലത്തെ നിലയിലേക്ക്. സ്ഥിരം സോഫയിൽ

പോയി ഇരുന്നു. ശ്വാസത്തിന്റെ വേഗം ഒന്ന് കുറഞ്ഞപ്പോഴാണ് അവൾ കണ്ണ് തുറന്നു മുകളിലേക്ക് നോക്കിയത്. എന്നും ഇരുണ്ട ആകാശത്തിൽ തിളങ്ങി നിന്നിരുന്ന ചുമന്ന കോട്ട യുടെ സ്ഥാനത്തു പഴകിയ വെള്ള നിറമുള്ള കോട്ട.ഒരു നിമിഷം ഒന്ന് വിഷമം തോന്നി. ആ ചുമപ്പിന്റെ ഭംഗി ഒരു പറ്റിക്കൽ ആയിരുന്നോ? ചുമന്ന വെളിച്ചം പതിച്ച കൊട്ടാരം ആണല്ലോ ഞാൻ ആസ്വദിച്ചത്. ഇനി ഒരിക്കലും ആ ഭംഗി ആസ്വദിക്കാൻ പറ്റില്ലേ? പിന്നെ ഒന്നും കൂടെ നോക്കിയപ്പോൾ നീലാകാശത്തിന്റെ താഴെ ഉള്ള പഴകിയ കോട്ടക്കും അതിന്റേതായ ഒരു ഭംഗി ഉണ്ട് എന്ന് തോന്നി അവൾക്കു. ഫോൺ എടുത്തു ട്രാവൽ ഏജന്റിനെ വിളിച്ചു. എന്റെ റിട്ടേൺ നേരത്തെ ആക്കണം.

രാത്രി 10 മണിക്കുള്ള ഫ്ലൈറ്റ്. ബാംഗ്ലൂരിൽ ഒരു ചെറിയ സ്റ്റോപ്പ് ഓവർ. വെളുപ്പാൻ കാലം വീട്ടിൽ ചെന്ന് കേറുമ്പോൾ രമേശ് ചോദിച്ചു. നേരത്തെ എത്തിയോ. കോൺഫറൻസ് എങ്ങനെ ഉണ്ടായിരുന്നു? "നന്നായിരുന്നു. എല്ലാത്തിനും ഒരു കോൺഫിഡൻസ് കൂടിയ പോലെ." രമേശ് വീണ്ടും ഫോണിൽ നിന്ന് തല പൊക്കാതെ മൂളി. ചായ ഇടുമ്പോൾ അമ്മ വീണ്ടും അപ്പുറത്തെ സരസ്വതി ചേച്ചിയുടെ വിശേഷം പറഞ്ഞു. മുകളിൽ അച്ചു വിന്റെ റൂം ഇൽ നിന്ന് അടച്ചിട്ട ഡോർ ഇൽ കൂടെയും ഉച്ചത്തിൽ പാട്ടു കേട്ടു. ചായയും കുടിച്ചു ബാഗുമായി അവൾ പടി കയറി മുകളിലേക്ക് പോകുമ്പോൾ അവളുടെ കാലിലെ ചുമപ്പ് കൊലുസിന്റെ കിലുക്കം കേട്ടു രമേശ് കണ്ണ് പൊക്കി നോക്കുന്നുണ്ടായിരുന്നു.

കഥ

ചില തീരുമാനങ്ങൾ

രാജി

"എങ്ങോട്ടാ മാധവാ സന്ധ്യയ്ക്ക്?"

സുകുച്ചേട്ടന്റെ ചോദ്യം കേട്ടില്ലെന്നു നടിച്ച മാധവൻ ഗേറ്റ് വലിച്ചടച്ച് പുറത്തേക്കിറങ്ങി. ഇന്നെങ്കിലും ഒരു തീരുമാനം എടുത്തേ പറ്റൂ. രണ്ടു ദിവസമായി കവടിയാർ മുതൽ കിഴക്കേകോട്ട വരെ നടക്കുന്നു. ഒരു തീരുമാനം എടുക്കാനാവാതെ. ഓരോ ദിവസവും അമ്മയുടെ കണ്ണുകൾ നിശബ്ദമായി ചോദിക്കുന്നു.

"എന്ത് തീരുമാനിച്ചു മാധവാ?"

നെഞ്ചിൽ വല്ലാത്തൊരു ഭാരം. ദേഷ്യം? ഇല്ല, ഒന്നും തോന്നുന്നില്ല. മനസ്സ് ശൂന്യം.

രണ്ടു ദിവസം മുൻപ് എന്ത് സന്തോഷമായിരുന്നു. പത്താം ക്ലാസ്സ് റിസൽട്ട്.

"മാധവന് ഫസ്റ്റ് ക്ലാസ് ഉണ്ട്," വരുന്നവരോടും പോകുന്നവരോടും സന്തോഷവും അഭിമാനവും നിറഞ്ഞ മുഖത്തോടെയാണ് അമ്മ പറഞ്ഞത്.

ഈ അമ്മ തന്നെയാണ് പരീക്ഷ കഴിഞ്ഞ അന്ന് മുതൽ, തോറ്റാൽ ഇനിയെന്ത്? എന്ന ചിന്തയുമായി ഞെളിപിരി കൊണ്ട് നടന്നത്.

അമ്മയെ കുറ്റം പറയാൻ പറ്റില്ല. കൊച്ചേച്ചിയെ പോലെ കുത്തിയിരുന്ന് പഠിക്കൽ കുറവായിരുന്നു. കണക്കു പരീക്ഷയുടെ അന്ന് ഉണരാൻ തന്നെ വൈകി. ചേച്ചിയും കൊച്ചേച്ചിയും മാറി മാറി വാതിലിൽ

മുട്ടിയും തട്ടിയുമാണ് ഉണർത്തിയത്. അമ്മ രാവിലെ തന്നെ ആശുപത്രിയിലേക്ക പോയി കഴിഞ്ഞിരുന്നു. അവിടെയാണ് അമ്മ ജോലി ചെയ്തിരുന്നത്.ഓടി തളർന്നു സ്കൂളിൽ എത്തിയപ്പോഴേക്കും കുട്ടികളെല്ലാം ക്ലാസ്സിൽ കയറി കഴിഞ്ഞിരുന്നു. സാർ ഒന്ന് നീട്ടി മൂളി പരീക്ഷ ഹാളിൽ കയറ്റി .

വൈകിട്ട് അമ്മ വന്നപ്പോൾ ചേച്ചിമാർ രണ്ടു പേരും മത്സരിച്ചു കഥ പറഞ്ഞു.

"പരീക്ഷ ജയിക്കുമോ മാധവാ?"

തളർന്ന സ്വരത്തിൽ അമ്മ ചോദിച്ചപ്പോൾ മനസ്സിൽ വല്ലാത്ത കുറ്റബോധം തോന്നി. കുറച്ചു കൂടി പഠിക്കാമായിരുന്നു. ജയിക്കുമോ തോൽക്കുമോ എന്നാലോചിച്ചല്ല ഇന്ന് വരെ പഠിച്ചിട്ടുള്ളത്. ഇത് വരെ ഒരു ക്ലാസ്സിലും തോറ്റിട്ടില്ല . പത്താം ക്ലാസ് എന്ന് വിചാരിച്ചു കൂടുതൽ പഠിച്ചിട്ടും ഇല്ല. സ്കൂളിലെ സാറുമാരല്ല പേപ്പർ നോക്കുന്നത്. ഒരു ആത്മവിശ്വാസ കുറവ്.ജയിക്കും എന്ന് ഉറപ്പില്ല .

രാവിലെ റിസൾട്ട് നോക്കാൻ ആരും വലിയ താല്പര്യം കാണിച്ചില്ല. അമ്മ തോറ്റു എന്ന് ഏതാണ്ട് ഉറപ്പിച്ചു കഴിഞ്ഞു. ഉച്ച ആയിട്ടും മാധവൻ അനങ്ങുന്നില്ല എന്ന് കണ്ടിട്ട് കൊച്ചേച്ചിയാണ് അവനോട് സ്കൂളിൽ പോയി നോക്കാൻ പറഞ്ഞത്.

"ഒന്ന് പോയി നോക്ക്. ഭാഗ്യത്തിന് ജയിച്ചാലോ?"

കൊച്ചേച്ചി വലിയ പഠിത്തക്കാരി ആണ്. സ്കൂളിൽ ഇംഗ്ലീഷ് മീഡിയം തുടങ്ങിയപ്പോൾ വാശി പിടിച്ചു ഇംഗ്ലീഷ് മീഡിയത്തിൽ ചേർന്ന കൊച്ചേച്ചി. പത്താം ക്ലാസ്സിൽ നല്ലവണ്ണം കഷ്ടപ്പെട്ടു . ഒൻപതു മണിക്ക് അമ്മ ലൈറ്റ് അണച്ച് കഴിഞ്ഞും മണ്ണെണ്ണ വിളക്ക് കത്തിച്ചു വെച്ച് ഉറക്കെയാണ് വായന. നേരം പോകും തോറും ശബ്ദം കുറഞ്ഞു കുറഞ്ഞു വരും. ഒരിക്കൽ പഠിച്ചു പഠിച്ചു ഉറങ്ങി വീണപ്പോൾ വിളക്കിലെ തീയിൽ മുടി

കരിഞ്ഞു. അന്ന് മുതൽ ഒൻപതു മണി വരെയുള്ള പഠിപ്പൊക്കെ മതി എന്ന് അമ്മ ഉത്തരവിട്ടു. അതുമായി താരതമ്യം ചെയ്യുമ്പോൾ മാധവന്റെ പഠിത്തം ഒന്നുമല്ലെന്നു അവനു അറിയാം. വൈകിട്ട് കളി ഒക്കെ കഴിഞ്ഞു വന്നു മേല് കഴുകി കുറച്ചു നേരം. രാത്രി കഞ്ഞി കുടിച്ചു കഴിഞ്ഞാൽ പിന്നെ ഒൻപതു മണി ആകാൻ ഒരു കാത്തിരിപ്പാണ്. പ്രീ യൂണിവേഴ്സിറ്റി പഠിപ്പു തുടങ്ങിയിട്ടും കൊച്ചേച്ചി പുസ്തകം മുഴുവൻ കാണാതെ പഠിക്കാൻ ശ്രമിച്ചു കൊണ്ടിരുന്നു.

സ്കൂളിൽ എത്തി ദാമോദരൻ സാറിന്റെ അടുത്തെത്തിയപ്പോഴും ഒന്നിനും ഒരു ഉറപ്പും ഉണ്ടായിരുന്നില്ല. സാറിന്റെ മുഖത്തെ വലിയ ചിരി കണ്ടപ്പോൾ മനസ്സിലായി, ജയിച്ചു!

തോളിൽ കൈ വെച്ച് സാർ പറഞ്ഞു.

"മിടുക്കൻ, ജയിക്കും എന്നറിയാമായിരുന്നു പക്ഷേ നിനക്ക് ഫസ്റ്റ് ക്ലാസ് ഒന്നും സത്യത്തിൽ ഞാൻ പ്രതീക്ഷിച്ചില്ല."

ഞെട്ടൽ ഒരു മരവിപ്പായി തരിച്ചിറങ്ങുന്നതു മാധവൻ അറിഞ്ഞു. അവൻ പോലും അറിയാതെ കണ്ണുനീർ കവിളുകളെ ഈറനാക്കി .

അമ്മ, പെട്ടെന്ന് അമ്മയെയാണ് ഓർമ്മ വന്നത്. പിന്നെ ആശുപത്രിയിലെത്താൻ ധൃതിയായിരുന്നു . വിവരം അറിഞ്ഞു അമ്മയുടെ കണ്ണ് നിറഞ്ഞു.

"എന്റെ മക്കൾക്ക് നല്ലതേ വരൂ"

ബാഗിൽ നിന്ന് ഒരു 5 രൂപ എടുത്തു തന്നു .

"കുറച്ചു മുട്ടായി വാങ്ങിച്ചിട്ടു വാ"

കൂടെ ജോലി ചെയ്യുന്നവർക്കൊക്കെ മുട്ടായി വിതരണം ചെയ്യുമ്പോൾ അമ്മയുടെ അന്തസ്സുള്ള മുഖം അഭിമാനം കൊണ്ട് ഒന്ന് കൂടി ചുവന്നു.

"മാധവൻകുട്ടി, വലിയ പരീക്ഷയൊക്കെ പാസ്സായെന്ന് കേട്ടല്ലോ. മിടുക്കൻ" ചിരിച്ചു കൊണ്ട് തോമസുചേട്ടൻ മുന്നിൽ.

ചിന്തകളുടെ ചരട് പൊട്ടി. മറുപടി പറയാൻ ഒന്നുമില്ലാത്തതു കൊണ്ട് വെറുതെ ചിരിച്ചു.

"അച്ഛൻ വന്നിട്ടുണ്ടല്ലേ. സ്വാതന്ത്ര്യം കിട്ടി പത്തു പതിനാലു കൊല്ലം കഴിഞ്ഞിട്ട്, ഇപ്പഴല്ലേ വരണത്. മോന്റെ വിശേഷം കേട്ട് സന്തോഷമായി കാണുമല്ലോ "

ആ ഒരു നിമിഷം മാധവനു കാലിനടിയിലെ മണ്ണ് നീങ്ങി പോകുന്നത് പോലെ തോന്നി.

"നീ ഇപ്പൊ എങ്ങോട്ടാ?"

"വെറുതെ. ഒന്ന് നടക്കാൻ"

തോമസുചേട്ടൻ പിന്നെയും എന്തോ പറഞ്ഞു. കേൾക്കാത്ത മട്ടിൽ അവൻ വേഗം മുന്നോട്ടു നടന്നു.

"ദൈവമേ, പരിചയക്കാരെ ആരെയും കാണരുതേ. മറുപടി പറയാൻ വയ്യ"

വർഷങ്ങൾക്കു ശേഷമുള്ള അച്ഛന്റെ വരവ്. തീരെ പ്രതീഷിക്കാത്ത ,മനസിന്റെ താളത്തെ വല്ലാതെ തെറ്റിച്ച , പതിനഞ്ചു വയസ്സുകാരനായ തന്റെ ചുമരിൽ തീരുമാനങ്ങളുടെ ഭാരം കെട്ടിവെച്ച വരവ്.

കൂട്ടു കുടുംബത്തിലായിരുന്നു അമ്മയുടെ ജനനം. 5 സഹോദരിമാരായിരുന്നു അവർ. കൃഷിയായിരുന്നു കുടുംബത്തിന്റെ വരുമാനമാർഗം. പഴയ കുടുംബം. ധൂർത്തടിക്കാൻ പൈസയില്ലായിരുന്നെങ്കിലും അന്തസായി ജീവിക്കാനുള്ള പണം അപ്പൂപ്പന്റെ കൈയിൽ ഉണ്ടായിരുന്നു. അപ്പൂപ്പൻ ഒരു പുരോഗമന ചിന്താഗതിക്കാരനായിരുന്നു. മദാമ്മ തുടങ്ങിയ സ്കൂളിൽ തന്റെ പെണ്മക്കളെ ഒക്കെ ചേർത്ത് ഒരു കൊച്ചു വിപ്ലവത്തിന്റെ ഭാഗമായ ആൾ. സ്കൂളിൽ

വില്ലുവണ്ടിയിലാണ് പോക്ക്. അമ്മയുടെ ചേച്ചിമാരും അനിയത്തിയും ഒന്നാം ക്ലാസ്സിലും രണ്ടാം ക്ലാസ്സിലും വെച്ച് പഠിത്തം മതിയാക്കി. അമ്മയ്ക്ക് പഠിക്കാൻ ഇഷ്ടമായിരുന്നു. ഇംഗ്ലീഷ് പഠിക്കാൻ പറ്റിയ കഥ ഇടയ്ക്ക ഇടയ്ക്ക പറയും . നിറഞ്ഞ സന്തോഷത്തോടെയാണ് അന്നും ഇന്നും അമ്മ ഇംഗ്ലീഷിൽ പേരെഴുതി ഒപ്പിടുന്നത്.

അപ്പൂപ്പന്റെ പെട്ടെന്നുള്ള മരണം അവരുടെ ജീവിതത്തിന്റെ സമവാക്യം ആകെ മാറ്റി. അമ്മൂമ്മ പിടിപ്പില്ലാത്ത ഒരു സ്ത്രീ ആയിരുന്നു. അമ്മാവന്മാരും ബന്ധുക്കളും അഭിപ്രായം പറഞ്ഞു തുടങ്ങി. ഒൻപതാം ക്ലാസ്സിൽ അമ്മയുടെ പഠിത്തം നിന്നു. അപ്പൂപ്പൻ മരിക്കുന്നതിന്റെ മുൻപ് തന്നെ അമ്മയുടെ ചേച്ചി മാരുടെ കല്യാണം കഴിഞ്ഞിരുന്നു. നിറയെ വയലും കൃഷിയും ഉണ്ടായിരുന്നവരായിരുന്നു മരുമക്കൾ. അമ്മയുടെയും അനിയത്തിയുടെയും കല്യാണം അമ്മൂമ്മയുടെ പ്രധാന സങ്കടം ആയി മാറി . അമ്മാവന്മാരെയും മരുമക്കളെയും താങ്ങി നിന്നു അവർ ഈ വിഷമം പറഞ്ഞുകൊണ്ടിരുന്നു.

"എനിക്ക് ഒന്നും അറിയില്ല. നിങ്ങൾ ഒക്കെ തന്നെ മുൻകൈ എടുക്കണം" അമ്മൂമ്മ അവരെ ഒക്കെ എപ്പോ കണ്ടാലും ഓർമിപ്പിച്ചു.

പഠിത്തത്തിന്റെ വില അമ്മയ്ക്ക് നല്ലവണ്ണം അറിയാമായിരുന്നു. ആരായാലും വേണ്ടില്ല പഠിപ്പുള്ള ആൾ മതി എന്നായിരുന്നു അമ്മയുടെ നിലപാട്. അങ്ങനെ ആണ് വിദ്വാൻ കരുണാകരൻ നായർ എന്ന അച്ഛൻ അമ്മയുടെ ജീവത ത്തിലേക്കു എത്തുന്നത്. ആറടി പൊക്കം കറുപ്പല്ലെങ്കിലും ഇരുണ്ട നിറം, ജൂബ, കൊല്ലത്തുള്ള നല്ല കുടുംബം. അച്ഛനെ എല്ലാവർക്കും ഇഷ്ടമായി. അമ്മയ്ക്ക് പക്ഷെ ഇഷ്ടമായത് അച്ഛന്റെ വിദ്വാൻ യോഗ്യതയും സ്കൂളിലെ ജോലിയും, മലയാളം കവിതകളും

ആയിരുന്നു. പഠിപ്പുള്ള ആൾ. അത് മാത്രം മതി, ബാക്കി ഒക്കെ താനേ വരും എന്നായിരുന്നു അമ്മ അന്ന് വിചാരിച്ചത്.

അച്ഛൻ രസികനായിരുന്നു. വളരെ വലിയ ഒരു സുഹൃത്‌വലയം ഉള്ളയാൾ. കവിസദസ്സുകളിൽ പ്രധാനി. ഒരു ദുശീലവുമില്ലാത്ത വ്യക്തി. അമ്മയ്ക്ക് അന്നും ഇന്നും അച്ഛനെ കുറിച്ച് നല്ലതു പറയാനേ ഉള്ളൂ. അമ്മ കുടുംബത്തു തന്നെ താമസിച്ചു. അടുത്തായിരുന്നു അച്ഛൻ ജോലി ചെയ്തിരുന്ന സ്കൂൾ. കാര്യങ്ങളെല്ലാം ഭംഗിയായി നടക്കുന്നതിനിടയിലാണ് അച്ഛന് സ്വാതന്ത്ര്യ സമര ഭ്രാന്ത് തലയ്ക്കു പിടിച്ചത്. ചെറുപ്പക്കാരെല്ലാം മുൻപിൻ നോക്കാതെ സ്വാതന്ത്ര്യ സമരത്തിൽ പങ്കെടുക്കുന്ന കാലമായിരുന്നു അത്. മറ്റെല്ലാത്തിനുമുപരി അതൊരു ആവേശമായിരുന്നു.അച്ഛൻ ജോലി രാജി വെച്ച് മുഴുവൻ സമയ രാഷ്ട്രീയ പ്രവർത്തനം തുടങ്ങിയപ്പോഴാണ് അമ്മയ്ക്ക് കാര്യത്തിന്റെ ഗൗരവം മനസ്സിലായത്. അധികം വൈകാതെ ചേച്ചി ജനിച്ചു. അമ്മയെ പോലെ തന്നെ സുന്ദരിയായ ചേച്ചി. കുഞ്ഞിന്റെ നൂലുകെട്ടിനു അച്ഛൻ സ്ഥലത്തുണ്ടായിരുന്നില്ല.

"രണ്ടു ദിവസം കഴിഞ്ഞാണ് വന്നത്. സ്വർണം പോലത്തെ എന്റെ കുട്ടിക്ക് വെള്ളി അരഞ്ഞാണമാണോ ഇട്ടത്? ഇനി വരുമ്പോൾ ഒരു സ്വർണ അരഞ്ഞാണം ഞാൻ കൊണ്ട് വരും എന്ന് പറഞ്ഞാണ് പോയത്. പിന്നെ വന്നത് 14 വർഷം കഴിഞ്ഞ്"

അമ്മ ഇടയ്ക്കിടയ്ക്കു പറയുന്ന കഥ മാധവൻ ഓർത്തു.

അമ്മ ആകെ അന്തം വിട്ടു പോയ കാലമായിരുന്നു അത്. കൂട്ടുകുടുംബം . വരുമാനമില്ലാത്ത അവസ്ഥ. അമ്മ അടുത്ത വീട്ടിലെ കുട്ടികൾക്ക് ട്യൂഷൻ എടുത്തു

തുടങ്ങിയത് അങ്ങനെയാണ്. അച്ഛനെ കുറിച്ച് അവിടെയും ഇവിടെയും കഥകൾ കേട്ടിരുന്നു. ഫോർവേഡ് ബ്ളോക്കിലാണ്, ബർമ്മയിലാണ് എന്നൊക്കെ ഓരോ കഥകൾ.അമ്മയ്ക്ക് ആ തിരിച്ചു വരവിന്റെ പ്രതീക്ഷ നഷ്ടപ്പെട്ടു തുടങ്ങിയപ്പോഴാണ് അച്ഛൻ മടങ്ങി വന്നത്. അമ്മ പെട്ടെന്ന് പഴയതെല്ലാം മറന്നു. അച്ഛനെ എന്നും അമ്മ ആരാധിച്ചിട്ടേയുള്ളു എന്ന് മാധവന് തോന്നി.

1947 ലാണ് കൊച്ചേച്ചി ജനിച്ചത്. ഒരു കൊല്ലം കഴിഞ്ഞപ്പോൾ മാധവനും. കൊച്ചേച്ചിയ്ക്ക് അച്ഛൻ പൊന്നരഞ്ഞാണം തന്നെ ഉണ്ടാക്കി കൊടുത്തു. കൊല്ലത്തൊരു സ്കൂൾ ജോലി ശരിയായ സമയത്തായിരുന്നു മാധവന്റെ നൂലുകെട്ട് . അച്ഛൻ സമയത്തു എത്തിയില്ല.

" ഒരാഴ്ച കഴിഞ്ഞു വന്നപ്പോൾ വീണ്ടും അത് തന്നെ. എന്റെ സത്പുത്രന് പൊൻ അരഞ്ഞാണം കൊണ്ടേ ഞാനിനി വരൂ എന്ന് പോകുമ്പോൾ പറഞ്ഞതാണ് . പിന്നെ വന്നിട്ടില്ല "

അമ്മയുടെ നെടുവീർപ്പ് കേട്ടതു പോലെ മാധവന് തോന്നി.

കുട്ടികൾ മൂന്നായപ്പോൾ ട്യൂഷൻ കൊണ്ട് മാത്രം കാര്യങ്ങൾ മുന്നോട്ടു പോകില്ലെന്ന് അമ്മയ്ക്ക് മനസ്സിലായി. പരിചയമുള്ളവരോടൊക്കെ ഒരു ജോലിക്കു വേണ്ടിയുള്ള അന്വേഷണം തുടങ്ങി.വകയിലെ ഒരു അമ്മാവനാണ് അമ്മയ്ക്ക് സർക്കാർ ആശുപത്രിയിൽ ജോലി ശരിയാക്കി കൊടുത്തത്. നഴ്സിംഗ് പോലുള്ള യോഗ്യതകൾ അമ്മയ്ക്കില്ലാത്തതു കൊണ്ട് ' മിഡ് വൈഫ് തസ്തികയിലായിരുന്നു ജോലി.

"നമ്മുടെ കുടുംബക്കാർക്കു പറ്റിയ പണിയല്ല. പക്ഷെ ഇത് മാത്രമേ ഞാൻ നോക്കിയിട്ടു പറ്റുന്നുള്ളൂ. നീ ആലോചിച്ച് തീരുമാനിച്ചാൽ മതി സാവിത്രി"

അമ്മാവൻ തീരെ തൃപ്തിയില്ലാതെയാണ് പറഞ്ഞത്.

മക്കത്തായമാണെങ്കിലും മൂന്ന് മക്കളും അമ്മയും ബുദ്ധിമുട്ടുന്നത് തന്റെ നോട്ടക്കുറവ് കൊണ്ടാണെന്നു വരരുത് എന്നമ്മാവന് നിർബന്ധം ഉണ്ടായിരുന്നു. അമ്മയ്ക്ക് ജോലി അത്യാവശ്യമായിരുന്നു.

അങ്ങനെ മിഡ്‌വൈഫ് ജോലിക്കു 'അമ്മ തയ്യാറായി. കൂടെ ജോലി ചെയ്യുന്നവർക്കായിരുന്നു ബുദ്ധിമുട്ട്. അമ്മയ്ക്ക് ഒരു മിഡ്‌വൈഫിന്റെ രൂപമോ ഭാവമോ ഇല്ലായിരുന്നു. പലരും അവരെ ഡോക്ടർ എന്ന് തെറ്റിദ്ധരിച്ചു.

"ഒരു രാജ്ഞിയെ പോലെയിരിക്കുന്ന ഈ അമ്മയെ കൊണ്ട് ഇതൊക്കെ എങ്ങനെ ചെയ്യിക്കും?"

അവർ അങ്ങോട്ടും ഇങ്ങോട്ടും അടക്കം പറഞ്ഞു.

ഒടുവിൽ അമ്മ തന്നെ അതിനൊരു പോംവഴി കണ്ടെത്തി. ഒരു നേഴ്സ് ചെയ്യുന്ന എല്ലാ ജോലികളും, മരുന്നുകളുടെ കാര്യമൊഴിച്ച എല്ലാം, 'അമ്മ തന്നെ ചെയ്തു. ആശുപത്രി ജോലിയിൽ വരാത്ത, എന്നാൽ എല്ലാ ആശുപത്രികളിലും മിഡ്‌വൈഫുകൾ ചെയ്തിരുന്ന മുറി വൃത്തിയാക്കൽ, കുളിമുറി കഴുകൽ ഒക്കെ ചെയ്യാൻ മറ്റൊരു സ്ത്രീയെ പൈസ കൊടുത്തു ഏർപ്പാടാക്കി. കുട്ടികളുടെ കാര്യങ്ങൾ നടന്നു പോകാൻ ബാക്കി ശമ്പളം മതി എന്ന് തീരുമാനിച്ച മറ്റുള്ളവരുടെ ബുദ്ധിമുട്ട് അമ്മ ഒഴിവാക്കി.

ചേച്ചി കോളേജ് പഠിപ്പ് നിർത്തിയപ്പോ കൊച്ചേച്ചിയുടെയും മാധവന്റെയും മുഴുവൻ ചുമതലയും ചേച്ചിക്കായി. ചേച്ചിക്ക് പല ആലോചനകളും വന്നുതുടങ്ങിയപ്പോഴാണ് 'അമ്മ പുതിയ വീട് വെച്ച്

മാറാൻ തീരുമാനിച്ചത്. പല ലോണുകളുടെയും ചിട്ടികളുടെയും പിൻബലത്തിൽ അമ്മ ചെറിയൊരു വീട് വെച്ച് അങ്ങോട്ട് മാറി . മാധവനും കൊച്ചേച്ചിയും അടുത്ത വീട്ടിലെ ചെറിയ കുട്ടികൾക്ക് ട്യൂഷൻ എടുത്തു തുടങ്ങി. വീട് തട്ടി കൂട്ടാൻ അമ്മ പെടുന്ന പെടാപാട് കണ്ടു അവർ സ്വയം എടുത്ത തീരുമാനം ആയിരുന്നു അത്. അഭിപ്രായം ഒന്നും പറഞ്ഞില്ലെങ്കിലും അമ്മയുടെ മൗനാനുവാദത്തോടെയായിരുന്നു ഇത്. ചെറിയ വീടായിരുന്നെങ്കിലും എല്ലാവർക്കും സ്വന്തം മുറികളുള്ള വീടായിരുന്നു അത് . ചേച്ചി സുകുച്ചേട്ടനെ കല്യാണം കഴിച്ചു. അടുത്ത തന്നെയുള്ള സ്കൂളിലെ സാർ ആയിരുന്നു സുകുചേട്ടൻ.അമ്മയെ കൊണ്ട് പറ്റുന്നത് പോലെ അമ്മ ആ കല്യാണം നടത്തി.

അച്ഛന്റെ വിശേഷങ്ങൾ അപ്പോഴും കേൾക്കുണ്ടായിരുന്നു. ഉത്തരേന്ത്യ മുഴുവൻ യാത്ര ചെയ്യു കഥകൾ. മാധവനും കൊച്ചേച്ചിക്കും അച്ഛനെ കണ്ട ഓർമയില്ല, അമ്മയുടെ കൈയിലെ ഒരു പഴയ ഫോട്ടോയിലല്ലാതെ. ഓരോ കഥ കേൾക്കുമ്പോഴും അമ്മ കരയുന്നതോ ദേഷ്യപ്പെടുന്നതോ കണ്ടിട്ടില്ല. അച്ഛൻ കൊല്ലത്തു ഒരു ബന്ധം തുടങ്ങി എന്നറിഞ്ഞപ്പോൾ മാത്രമാണ് അമ്മയുടെ കണ്ണുകൾ നിറഞ്ഞു കണ്ടത്. അവിടെ കുട്ടിയും കുടുംബവുമായി കഴിയുന്നു എന്നും കേട്ടു .അമ്മ പിന്നെ അച്ഛനെ കുറിച്ച് സംസാരിക്കാതെ ആയി.

പരീക്ഷ റിസൾട്ട് അറിഞ്ഞ സന്തോഷത്തിൽ അമ്മയോടൊപ്പം അമ്പലത്തിൽ പോയതാണ് മാധവൻ.കൊച്ചേച്ചിയും ഉണ്ടായിരുന്നു കൂടെ.കാലം തെറ്റി എത്തിയ മഴ തുടങ്ങിയത് പെട്ടെന്നാണ്. ഏഴ് മണിയാകുന്നേ ഉള്ളെങ്കിലും ആകെ കുറുത്തിരുണ്ടു രാത്രി ആയതു പോലെ തോന്നി. വീട്ടിലെത്തി ഗേറ്റ് തുറന്നപ്പോൾ അമ്മയാണ് ആദ്യം കണ്ടത്. പൂമുഖത്തൊരാൾ.

'അച്ഛൻ," ഇരുട്ടത്ത് തെളിഞ്ഞു കാണാൻ കഴിഞ്ഞിരുന്നില്ലെങ്കിലും ആ രൂപം നോക്കി അമ്മ പതുക്കെ പറഞ്ഞു.

ഒന്നും സംഭവിക്കാത്തത് പോലെയാണ് അച്ഛൻ സംസാരിച്ചത്.അമ്മ ചായ ഇട്ടു കൊടുത്തു.മാധവന് ഒരു സ്നേഹവും തോന്നിയില്ല.തികച്ചും അപരിചിതനായ ഒരാൾ. ഒരു വികാരവും തോന്നിയില്ല. വെറുപ്പ് പോലും.

അച്ഛൻ ഒരു കവർ അമ്മയുടെ കൈയിൽ കൊടുത്തു.

"ഇതെന്റെ പെൻഷൻ ബുക്കാണ്. ഇനി നിങ്ങളുടെ ഒക്കെ കൂടെ കഴിയണം എന്നാണ് എന്റെ ആഗ്രഹം. ചെയ്തത് തെറ്റാണെന്നു അറിയാം . ക്ഷമിക്കണം"

അമ്മ കുറച്ച നേരം നിശബ്ദയായി ഇരുന്നു.

"കാലം കുറെ കഴിഞ്ഞു. എന്റെ കാലമൊക്കെ പോയി. കുട്ടികൾ വലുതായി. ഇനി തീരുമാനങ്ങൾ എടുക്കേണ്ടത് അവരാണ്. എനിക്ക് തീരുമാനങ്ങൾ ഇല്ല ഇപ്പോൾ."

അച്ഛൻ പൂമുഖത്തിനടുത്തുള്ള മുറിയിൽ ബാഗ് വെച്ച്. മെത്ത വിരിച്ചവിടെ കിടന്നു. അടുത്ത ദിവസം രാവിലെ വന്ന ചേച്ചിയോടും സുകുച്ചേട്ടനോടും 'അമ്മ കാര്യം പറഞ്ഞു.

"ഞാൻ വന്നു കയറിയവനാണ്. ഇതിൽ എന്റെ അഭിപ്രായത്തിനു വിലയില്ല. എനിക്കൊന്നും പറയാനില്ല.എന്ത് തീരുമാനം വേണമെങ്കിലും ആവാം," സുകു ചേട്ടൻ കൈയൊഴിഞ്ഞു.

അമ്മ മിണ്ടിയില്ല. ചേച്ചിയും കൊച്ചേച്ചിയും ഒന്നും പറഞ്ഞില്ല.

"മാധവാ, നീയാണ് ഇനി ഈ വീട്ടിലെ തീരുമാനങ്ങൾ എടുക്കേണ്ടത്. ആലോചിച്ച തീരുമാനിക്കൂ . ഞാൻ അച്ഛനോട് എന്ത് പറയണം എന്ന് നീ പറയൂ "

അന്ന് തുടങ്ങിയതാണ് മാധവന്റെ ഈ നടപ്പ്. രണ്ടു ദിവസമായി ഈ വഴികൾ മാധവൻ നടക്കുന്നു. ഒരു തീരുമാനത്തിലെത്താൻ കഴിയാതെ, വിഷമിച്ച്.

അമ്മയ്ക്ക് അച്ഛൻ ഇനിയെങ്കിലും കൂടെ ഉണ്ടാവണം എന്നായിരിക്കുമോ ആഗ്രഹം. ഒരു പതിനഞ്ച് വയസ്സുകാരന്റെ ചുമലിൽ എന്തിനാണ് അമ്മ ഇത്ര വലിയ ഭാരം കയറ്റിവെച്ചത്? എന്തായിരിക്കും അച്ഛൻ ഇങ്ങോട്ട് തിരിച്ച് വരാൻ കാരണം? കൊല്ലത്തെ കുടുംബവുമായി എന്തിനായിരിക്കും അച്ഛൻ പിണങ്ങിയത് ? ഓരോ ചോദ്യത്തിനും ഒരു ഉത്തരം മാത്രമല്ല ഉള്ളതെന്ന് മാധവന് തോന്നി. ചോദ്യങ്ങളും ഉത്തരങ്ങളും മനസ്സിലിട്ടു കൂട്ടിയും കുറച്ചും മാധവൻ വീട്ടിലെത്തി.അച്ഛൻ പൂമുഖത്തു തന്നെയുണ്ട്. ഏതോ പുസ്തകം വായിക്കുന്നു.അമ്മ അകത്തായിരുന്നു. അമ്മയുടെ കൈയിൽ നിന്ന് അച്ഛന്റെ പെൻഷൻ ബുക്ക് വാങ്ങി പൂമുഖത്തേക്കു വന്നപ്പോൾ അമ്മയും കൂടെ വന്നു. പെൻഷൻ ബുക്ക് അച്ഛന്റെ മുന്നിൽ കിടന്ന ടീപ്പോ യുടെ മുകളിൽ വെച്ചു .

"അച്ഛനോട് ഒരു വിരോധവും ഇല്ല. ഇവിടെ താമസിക്കുന്നതിൽ സന്തോഷമേ ഉള്ളൂ . പക്ഷെ ഇപ്പൊ അച്ഛൻ ഒറ്റയ്ക്കല്ല. മറ്റൊരു കുടുംബം അച്ഛന്റെ കൂടെ ഉണ്ട്. ആ ശാപം തലയിൽ ഏൽക്കാൻ വയ്യ. അച്ഛൻ അവരുടെ കൂടെ തന്നെ താമസിക്കണം. ഞങ്ങൾക്ക് ഇത് ശീലമായി. ഇത് വരെ ഇല്ലായ്മയ്ക്കും വല്ലായ്മയ്ക്കും ഞങ്ങൾക്ക് താങ്ങായി ഞങ്ങളെ ഉണ്ടായിട്ടുള്ളൂ. ഇനി അങ്ങോട്ടും അത് മതി. മറ്റൊരു കുടുംബം കൂടി ഈ അനിശ്ചിതത്വത്തിന്റെ ഭാരം പേറേണ്ട. അച്ഛന് എപ്പോ വേണമെങ്കിലും ഞങ്ങളെ കാണാൻ വരാം"

മാധവൻ എവിടെ നിന്നോ കിട്ടിയ ധൈര്യത്തിൽ പറഞ്ഞു തീർത്തു. അമ്മ ദൂരെ എവിടെയോ നോക്കി

നിന്നു. അച്ഛൻ ആ പ്രതീക്ഷിക്കാത്ത തീരുമാനത്തിന് മുന്നിൽ വിറങ്ങലിച്ചു പോയി.

പിറ്റേന്ന് കാലത്തു തന്നെ അച്ഛൻ യാത്ര പറഞ്ഞിറങ്ങി. അമ്മയോട് 'ഇറങ്ങട്ടെ' എന്ന് മാത്രം പറഞ്ഞു. മാധവന്റെ തോളിൽ കൈ വെച്ച് അച്ഛൻ പറഞ്ഞു.

"സാവിത്രി പറഞ്ഞത് ശരിയാണ്. എന്റെ മക്കളെല്ലാം വലുതായി."

തല കുറച്ചു കുനിച്ചു ബാഗ്ഗം പിടിച്ചു നടന്നു പോകുന്ന രൂപം നോക്കി അവരെല്ലാം ഗേറ്റിനരുകിൽ നിന്നു. എടുത്ത തീരുമാനത്തിലെ ശരിയും തെറ്റും തിരിച്ചറിയാനാവാതെ മാധവൻ നിൽക്കുമ്പോൾ ഇടറാത്ത കാൽവെയ്പ്പുകളോടെ അമ്മ അകത്തേക്ക് നടന്നു.

കവിത

ക്രസന്റോ

നമിത സുമിത്രൻ

ഉല്ലാസത്തിൽ ആയിരിക്കുമ്പോൾ
സെക്കന്റ് വാൾട്സ് ഈണത്തിൽ ഞാൻ നൃത്തം ചെയ്യും.
ഉന്മാദത്തിന്റെ മൂർദ്ധന്യതയിൽ
അത്യാനന്ദത്തിൽ
സ്വയം മറക്കുകയും
അപ്രതീക്ഷിതമായ നിരാശയിൽ നിലം പതിക്കുകയും ചെയ്യും.
മരുന്നുകൾ എനിക്കിപ്പോൾ മാജിക് മുഷ്റൂം പോലെ.
സെരോറ്റോണിൻ തരികൾ
സ്വർണ്ണ പൊടിയെന്ന മട്ടിൽ
എന്റെ ബോധത്തെ തിളക്കും.
അപ്പോഴാണ് എന്നോ പൊട്ടിതകർന്ന ചില്ലു കഷ്ണങ്ങൾ വജ്രമാവുന്നതായി ഞാനറിയുന്നത്.
ഒരിക്കൽ ഞാൻ ചുവടുവെച്ച
ദിമിത്രി യുടെ സെക്കന്റ് വാൾട്സ് ന്റെ പ്രതിധ്വനി
എന്നിൽ നിറയും.
ബിപോളാരിറ്റി യുടെ ദ്വന്ദബോധത്തിൽ
ജീവിക്കുകയെന്നാൽ,
ഉയർന്നു താഴുന്ന ഉന്മാദവിഷാദങ്ങളുടെ യാനമത്രേ!

കവിത

സുഖം

നമിത സുമിത്രൻ

കണ്ണിമ ചിമ്മുന്ന വേഗത്തിൽ കള്ളം പറയും

സത്യം മറച്ച വെച്ചാൽ പിടിക്കപ്പെടും എന്ന് വിചാരിച്ചിട്ടില്ല

ആരും കയ്യിൽ വിലങ്ങും വെക്കില്ല

സത്യം അത്ര ഭയാനകവും അല്ല

നാണം കേട്ട തല താഴ്ത്തുകയും വേണ്ട

സത്യം പറഞ്ഞാൽ കേൾക്കുന്നവർ ചെവിപൊത്തുന്നു

മനസ്സ് നീറി പുകയും

അത് സുഖം ഉള്ള വേദന അല്ല

കണ്ണ് കലങ്ങി പോകും

പിന്നെ എങ്ങനെ കള്ളം പറയാതിരിക്കും???

കഥ

ആത്മാവില്ലാത്ത പെട്ടി.

ഹർഷി ഹണാതെ

ഏതോ റിനൈസൻസ് കാല ചിത്രം പോലെ ക്ലീനിയ ഹോട്ടൽ മുറിയിലെ അസാധാരണ വലിപ്പമുള്ള സോഫയിൽ ചാരി കിടന്നു. മുറിയിൽ ആയിരിക്കുമ്പോൾ അവൾ വസ്ത്രം ധരിക്കാറില്ല കാലുകളുടെ ചർമ്മ സംരക്ഷണാർത്ഥം ഒരു ജോഡി രോമപപ്പാസ് മാത്രമാണ് അവൾ ധരിയ്ക്കുക. വെണ്ണക്കൽ ശില്പം പോലെയുള്ള ശരീരം, വിടർന്ന നീല കണ്ണുകൾ, ഒഴുകി കിടക്കുന്ന ബ്രൗൺ മുടിയിഴകൾ.

"നീ ഉടുപ്പ് ഇട്ടിട്ടില്ലെങ്കിൽ ഞാൻ നിന്നെ നോക്കിക്കൊണ്ടിരിക്കും. നിനക്കത് അരോചകമാവും". ഞാൻ പറഞ്ഞു

"ഇല്ല. നിന്റെ നോട്ടം മൂർച്ചയില്ലാത്തതാണ്. ഉദ്ദേശമില്ലാത്ത നിർമ്മലമായ നോട്ടം. നഗ്നയായി കടലിൽ കുളിച്ചു കൊണ്ടിരിക്കുമ്പോൾ പക്ഷികളോ മീനുകളോ നമ്മെ അലോസരപ്പെടുത്തുകയില്ലല്ലോ, അതുപോലെ."

എനിക്ക് സന്തോഷം തോന്നി. ഞാൻ അത് പ്രകടിപ്പിക്കാതെ പരിഭവം ഭാവിച്ചുകൊണ്ട് ചോദിച്ചു. "എന്നെ മനുഷ്യഗണത്തിൽ പെടുത്തിയിട്ടില്ല അല്ലേ?" അവൾ ഉറക്കെ പൊട്ടിച്ചിരിച്ചു... കൂടെ ഞാനും.

" I will miss you back home. " അവൾ പറഞ്ഞു.

"Will you miss me, or masala dosas and samosas more? "

"Ohh, thats a big question." അവൾ ഗൗരവം ഭാവിച്ചു.

മഴ തോരുന്ന ലക്ഷണമില്ല. ഏറെ ദിവസങ്ങളായി ഓടി നടന്ന് ഇന്ത്യൻ വിഭവങ്ങൾ രുചിക്കുകയായിരുന്നു ഞാനും ക്ലീനിയയും. ഇന്ന് അവൾ എന്നെ കഴിപ്പിക്കാൻ ആയി ഒരു റഷ്യൻ വെജിറ്റേറിയൻ വിഭവം ഓർഡർ ചെയ്തിരിക്കുന്നു. കുക്കിനെ മുറിയിൽ വരുത്തി ചേരുവകൾ ചോദിച്ചും പറഞ്ഞും മനസ്സിലാക്കിക്കുന്നു.

" ചിക്കൻ ബ്രോത് ചേർക്കരുത്. എന്റെ കൂട്ടുകാരി വെജിറ്റേറിയനാണ്. പിന്നെ മഷ്‌റൂമും ഒഴിവാക്കൂ. "

One pot vegetable pie ആണ് അവൾ ഓർഡർ ചെയ്തത്. മഷ്‌റൂമിനു പകരം ധാരാളം ഫ്രോസൺ ഗ്രീൻ പീസ് ചേർക്കുവാൻ ക്ലീനിയ നിർദേശിച്ചിരിക്കുന്നു. വെണ്ണയിൽ വെന്ത ഗ്രീൻപീസും ഉരുകിയ ചീസും വായിൽ മേളം തീർത്തു. അതോടൊപ്പം ക്രാൻബറി കേക്കും റോൾഡ് ഓട്സ് ചേർത്ത കുറുകിയ സൂപ്പുമായിരുന്നു കൂട്ടുവിഭവങ്ങൾ.

മുറിയിലെ കൂറ്റൻ കണ്ണാടി ചുമരിനോട് ടേബിൾ ചേർത്തിട്ട് വളരെ ഭംഗിയായി സെറ്റ് ചെയ്തിരുന്നു. ഒരു തടിച്ച വേയ്സ് നിറയെ ചുവന്ന റോസാപ്പൂക്കൾ കൊണ്ടു വയ്ക്കുമ്പോൾ ഹോട്ടൽ ജീവനക്കാരൻ ചിരിയോടെ പറഞ്ഞു.

"Your wife told me that you love red roses. These are freshly plucked from local flower market at keelappalavur. This is on the house mam, as you are newly wed. "

"What??!!!!" ഞാൻ അമ്പരന്നു.

"Heyy my lovely wifey " ക്ലീനിയ കള്ളച്ചിരിയോടെ വാഷ്റൂമിൽ നിന്നും പുറത്ത് വന്നു.

" How romantic, thank you!!" അവൾ ടേബിളിക്ക് നോക്കിക്കൊണ്ട് ഹോട്ടൽ ജീവനക്കാരനോട് പറഞ്ഞു.

" our pleasure, mam. " അയാൾ പുഞ്ചിരിയോടെ പിൻവാങ്ങി.

"What?? Did you tell him that I am your wife??!!"

" Yes sweetheart, not just him, but the whole hotel crew think that we are a couple. " അവൾ ചിരിച്ചു.

" what for? " ഞാൻ വായ പൊളിച്ചു.

" Life's all about silly fun. " അവൾ ഉറക്കെ ചിരിച്ചു.

" And as per what you have told me, indian men are boring idiots. Lemme set a standard for you. Find a man who treats you like I do. Okay? Buying you fancy breakfasts and eating nude with you. "

അവൾ രണ്ട് കൈകളും ഉയർത്തി, ' കണ്ടില്ലേ ' എന്ന് ആക്ഷൻ കാണിച്ചു.

സോക്ക് മാത്രം ഇട്ടുകൊണ്ട് അവൾ എനിക്കൊപ്പം breakfast കഴിച്ചു. കഴിക്കുന്നതിനൊക്കെയും ഏറെ രുചിയുള്ളതായി തോന്നുന്നത് മനസിലെ ലാഘവത്വം കൊണ്ട് മാത്രമാണോ കഴിക്കുന്നതിനിടയിൽ കൂറ്റൻ ചില്ലിന്റെ ഒരു ഭാഗം അവൾ തുറന്നിട്ടു.

മഴ തോരുന്ന ലക്ഷണമില്ല. അന്തരീക്ഷം നിലച്ച കിടന്നു.

" No wonder this cyclone is named Blue Saffire. "

മഴത്തുള്ളികൾ വീണ് ടേബിളിന്റെ ഒരു വശം നനയാൻ തുടങ്ങി.

കാറ്റിൽ അവളുടെ മുടിയിഴകൾ പാറിക്കളിച്ചു. ശരിക്കും എന്റെ സ്ഥാനത്ത് ഇവിടെ ഒരു പുരുഷനായിരുന്നുവെങ്കിൽ അയാൾ ഭ്രാന്തനായി പോയേനെ. അവളുടെ സൗന്ദര്യം സാമാന്യമല്ല. അവളുടെ അംഗങ്ങൾ ഓരോന്നിനെയും പ്രകൃതിയിലെ ഏറ്റവും മനോഹരമായ ഓരോന്നിനോടും നിസ്സംശയം ഉപമിക്കാനാവും.

" Dont you ever dare to try this with an indian man. " ഞാൻ പറഞ്ഞു.

" Sweetheart, I am at that stage of my life where I dont crave a man's love. I just love real women's company. " അവൾ പറഞ്ഞു.

"So, there are boring idiots in Russia too I guess. "

അവൾ ഉറക്കെ ചിരിച്ചു.

" That was an unexpected revenge."

ഭക്ഷണത്തിനിടയിൽ ക്സീനിയ പുകവലിച്ചുകൊണ്ടിരുന്നു. അവളുടെ കണ്ണുകളുടെ നിറത്തിനും അപ്പോഴത്തെ കാലാവസ്ഥയ്ക്കും ഏറെ ചേർച്ചയുള്ള കരിനീല നിറമുള്ള പരന്ന സിഗർ ടിന്നിൽ നിറച്ച ബാൽക്കൻ സെബ്രനി സിഗരറ്റ് അവളുടെ ഭാഗമായി കഴിഞ്ഞിരുന്നു. ഭംഗിയുള്ള കുഞ്ഞുപെട്ടികളോട് എനിക്ക് എപ്പോഴും മോഹമായിരുന്നു. ഞാൻ അത് ആശയോടെ കയ്യിൽ എടുത്തു നോക്കി. എനിക്ക് പെട്ടിയുടെ അസ്തിത്വത്തിനെ അവളുടെ അസ്തിത്വത്തിൽ നിന്ന് വേർതിരിച്ചു കാണാനായില്ല.

അവൾക്കൊരു ഇന്ത്യൻ കാമുകൻ ഉണ്ടാവുന്നതും അവൾ നാട്ടിലേക്ക് മടങ്ങുമ്പോൾ ആ പെട്ടിയിൽ അവളുടെ ആത്മാവിനെ സൂക്ഷിച്ചിരിക്കുന്നു എന്ന ഭാവത്തോടെ അവളുടെ സിഗരറ്റ് പെട്ടി അയാൾ

കട്ടെടുക്കുന്നതായും ഒരു കഥ എഴുതാൻ ഞാൻ തീരുമാനിച്ചു.

മഴ കനത്തു. ഞങ്ങൾ രണ്ടുപേരും മത്സരിച്ച് ഭക്ഷണം ഓർഡർ ചെയ്തുകൊണ്ടിരുന്നു. ഓരോ ഭക്ഷണത്തിനു ശേഷവും സിഗരറ്റ് അവൾക്ക് നിർബന്ധമായിരുന്നു. അവൾ ഉൾപ്പെടുന്ന ഓരോ ഫ്രെയിമും ഒരു മികച്ച ഫോട്ടോഗ്രാഫിയോ ഒരു പെയിന്റിങ് പോലെ തോന്നിച്ചു.

"ഈ ബ്ലൂ സഫയർ അപകടകാരിയാണ്. പലയിടത്തും റെഡ് അലർട്ട് ആണ്" അവൾ പറഞ്ഞു. അവളുടെ മൊബൈൽ ഫോൺ ശബ്ദിച്ചു.

"അതെയോ? ഇല്ല, ഇവിടെ ഹോട്ടൽ മുറിയിലാണ്. വലിയ കാറ്റും മഴയും. ആശ്രമത്തിലെ കോറിഡോറുകൾ എല്ലാം നനഞ്ഞിരിക്കുന്നു. കാറ്റത്ത് വന്ന കടലാസും ഇലകളും അവിടെ ആകെ അലങ്കോലമാക്കിയിരിക്കുന്നു. ഭക്ഷണത്തിന് പോകാൻ മഴ മാറുന്നതുവരെ കാത്തിരിക്കണം. അപ്പോഴേക്കും ഭക്ഷണം ചൂടാറിയിരിക്കും. വിഷാദത്തിലേക്ക് വീഴും എന്ന് ഭയന്ന് ഞാൻ ഹോട്ടലിൽ മുറിയെടുത്തു. അതെ, അവൾ കൂടെയുണ്ട്. ഇങ്ങോട്ടൊ? തീർച്ചയായും. ശരി ഞാൻ മുറി ബുക്ക് ചെയ്യോളാം."

"എന്റെ ഒരു സുഹൃത്ത് വരുന്നു ചെന്നൈയിൽ നിന്നും അവിടെ അവസ്ഥ മോശമാണ്. ഇലക്ട്രിസിറ്റി ഇല്ല. ട്രെയിനുകൾ നിർത്തിവച്ചിരിക്കുന്നു." അവൾ പറഞ്ഞു.

"നിന്റെ സുഹൃത്തോ? അയാൾ ചെന്നൈയിൽ എന്ത് ചെയ്യുന്നു?" ഞാൻ ചോദിച്ചു.

" അയാൾ പാതി റഷ്യക്കാരൻ ആണ്. വിക്ടർ. എൻവിയോൺമെന്റലിസ്റ്റും എൻവിയോൺമെന്റൽ സയന്റിസ്റ്റുമാണ്. Hurricanes, tornado, cyclones എന്നിവയെ കുറിച്ച് ഗവേഷണങ്ങൾ നടത്തുന്നു.

Natural disaster മാനേജ്മെന്റിൽ അയാളുടെ ചില പഠനങ്ങൾ പ്രസിദ്ധമാണ്. അയാളുടെ അമ്മ റേച്ചൽ കാർസനൊപ്പം അവരുടെ ടീമിൽ ഉണ്ടായിരുന്നു. അവർ സൈലന്റ് സ്പ്രിംഗ്സ് എന്ന പുസ്തകം എഴുതുമ്പോൾ, റീസർച്ചിൽ സഹായി ആയും പ്രവർത്തിച്ചിരുന്നു. റേചെൽ കാർസൺ മരിക്കുമ്പോൾ വിക്റ്ററിന് എട്ട് വയസാണ് പ്രായം. പ്രകൃതിയെ സംബന്ധിച്ചുള്ള ഒരുപാട് ഇന്റർനാഷണൽ ട്രീറ്റികളിലും മറ്റും അയാൾ അമ്മയോടൊപ്പം പങ്കെടുത്തിരുന്നുവത്രേ. എന്തൊരു മനുഷ്യനാണ് അയാൾ. നീ പരിചയപ്പെടണം. "

റഷ്യക്കാരൻ വിക്ടർ! എനിക്ക് ദുഷേനിനെ ഓർമ്മ വന്നു. ഉന്തിയ കവിളുകൾ ഉള്ള ദുഷൈൻ. എത്രയെത്ര രാത്രികളിൽ ഞാൻ അയാളോട് സംസാരിച്ചു. ഐത്മതൊവിന്റെ കഥയിലെ സ്നേഹനിധിയായ അദ്ധ്യാപകൻ . കുട്ടികളുടെ വിദ്യാഭ്യാസത്തിനുവേണ്ടി തന്റെ കുതിരപ്പുറത്ത് കുന്നും മലയും താണ്ടി നടന്നവൻ. ' ദുഷെയ്ൻ, നിങ്ങൾക്ക് വേണ്ടി എന്റെ നെഞ്ചിൽ പ്രണയത്തിന്റെ ചൂട് സൂപ്പ് എപ്പോഴും തിളച്ചു കൊണ്ടിരിക്കുന്നു' എന്ന് ഞാൻ ഡയറിയിൽ എഴുതിയത് എട്ടാം ക്ലാസ്സിൽ പഠിക്കുമ്പോഴായിരുന്നു. ഭർത്താവിനാൽ ക്രൂരമായി പീഡിപ്പിക്കപ്പെട്ട അൽത്തിനായിൽ ഒരുപക്ഷേ ഞാൻ എന്നെ തന്നെ കണ്ടതുകൊണ്ടാവണം, അവളെ സംരക്ഷിച്ച ദുഷൈനിൽ ഞാൻ എന്റെ പുരുഷനെ കണ്ടത്, സ്റ്റെപ്പികളുടെയും മലകളുടെയും കഥകൾ എന്ന പുസ്തകത്തിലെ ജമീല എന്ന കഥയാണ് ഏറ്റവും അധികം ആഘോഷിക്കപ്പെട്ടത് എന്നിരിക്കലും, എട്ടാം ക്ലാസുകാരിയായ എനിക്ക് അധ്യാപകന്റെ രൂപത്തിൽ വന്ന രക്ഷകനായ ദുഷയിൽ എന്റേതുകൂടി ആവുകയായിരുന്നു.

ആ പുസ്തകത്തെ പറ്റിയോ എഴുത്തുകാരനെ പറ്റിയോ ക്ലീനിയ കേട്ടിട്ടില്ല. ഒരുപക്ഷേ അവളുടെ സുഹൃത്ത് വിക്ടർ കേട്ടിരിക്കാം.

പ്രകൃതിക്ഷോഭം തകർത്ത മണ്ണിലൂടെ വിക്ടർ കുതിരപ്പുറത്ത് സഞ്ചരിക്കുന്നതായും ഒരുപാട് കുട്ടികളെ രക്ഷിക്കുന്നതായും ഞാൻ സങ്കൽപ്പിച്ചു. കാണും മുൻപേതന്നെ എനിക്ക് അയാളോട് പ്രേമം തോന്നി എന്ന് പറയേണ്ടതില്ലല്ലോ.

അല്പസമയത്തിനുള്ളിൽ വിക്ടർ എത്തിച്ചേരും. അധികം ഗസ്റ്റുകൾ എത്തിയിരിക്കുന്നതിനാൽ ബുക്ക് ചെയ്ത മുറി ലഭിക്കുകയില്ലെന്നും ഇത്തരം ഒരു അവസ്ഥയിൽ മുറിയിൽ രണ്ടുപേർ മാത്രം എന്ന ഹോട്ടൽ സ്റ്റാൻഡേർഡ് മാറ്റിവെച്ച് എക്സ്ട്രാ ബെഡ് ഇടാനുള്ള അനുമതി തരാം എന്നും ഹോട്ടൽ മാനേജർ അറിയിച്ചു. ഏറെക്കാലത്തിനുശേഷം സുഹൃത്തുക്കൾ പരസ്പരം കാണാൻ പോകുന്നു മാത്രമല്ല ശാരീരികമായ സ്പേസിന്റെ കാര്യത്തിൽ റഷ്യക്കാർ വളരെ കണിശക്കാരുമാണ്.

“ഞാൻ ഫൽഗുനിയുടെ മുറിയിലേക്ക് പോകട്ടെ അവിടെ അവൾ ഒറ്റയ്ക്കല്ലേ,” ഞാൻ പറഞ്ഞു.

" No no, we are more than fine here " അവൾ പറഞ്ഞു.

" It’s not that, I feel like going. "

" Okay, if you insist so ".

ഹോട്ടലുകാർ ടാക്സി ഏർപ്പാട് ചെയ്തു തന്നു ടാക്സിയിൽ ഇരിക്കുമ്പോൾ എനിക്ക് വല്ലാത്ത ഏകാന്തത തോന്നി. ഏകാന്തതയാണോ? അല്ല, ആ വാക്കിനൊരു ശക്തിയുണ്ട്. ഇത് അതിലും എത്രയോ ദുർബലമായ ഒരു അവസ്ഥയാണ്. എപ്പോൾ ചെന്നാലും വളരെ സന്തോഷത്തോടുകൂടിയാണ്

ഫാൽഗുനി എന്നെ സ്വാഗതം ചെയ്യുക. വെളുക്കുവോളം ഞങ്ങൾ സംസാരിക്കും. എങ്കിലും തികച്ചും ഇരുട്ട് നിറഞ്ഞ ഒറ്റപ്പെട്ട ഒരിടത്തേക്ക് ആണ് ഞാൻ പോകുന്നത് എന്ന് എനിക്ക് തോന്നി.

ഹൽഗുനി സാധാരണയായി സ്വന്തം മുറിയിൽ പരിപ്പും അരിയും പച്ചക്കറിയും കൂടി മഞ്ഞളും ഉപ്പും ചേർത്ത് വേവിച്ചെടുക്കുന്ന കിച്ചടിയാണ് കഴിക്കാറ്. ഞാൻ ആശ്രമത്തിലെ മെസ്സ്ഹോളിൽ നിന്നും കഴിക്കും. അന്ന് ഭക്ഷണം കഴിച്ചു കൊണ്ടിരിക്കുമ്പോൾ സാധാരണ കുശലം പറയാറുള്ള പരിസ മുഖങ്ങളിൽ നിന്നൊക്കെയും ഞാൻ മുഖം തിരിച്ചു വല്ലാതെ വിങ്ങിപ്പോയ ഒരു നിമിഷത്തിൽ എന്റെ കണ്ണുനിറഞ്ഞു. മുഖം വന്നു തുടയ്ക്കാൻ പോലും മെനക്കെടാതെ കരഞ്ഞുകൊണ്ടുതന്നെ ഞാൻ ഭക്ഷണം കഴിച്ചു.

അതവിടെ സർവ്വസാധാരണമായ കാഴ്ചയാണ് ഭക്തിയുടെ പാരമ്യതയിൽ പലരും യാതൊരു മടിയും കൂടാതെ കൊച്ചുകുട്ടികളെ പോലെ കരയുന്നതും ചിരിക്കുന്നതും ഒന്നും അവിടെ പുതിയ കാഴ്ചയല്ല. ഒരാൾ എത്ര വേദനയോടെയാണ് കരയുന്നതെന്ന് ആരും അറിയുകയില്ല. എതിരെ ഇരുന്ന തെലുങ്ക് ദമ്പതികൾ എന്നെ ഇടംകണ്ണിട്ട് നോക്കി.

ഭക്ഷണത്തിനുശേഷം ഇരുണ്ടതും നനഞ്ഞതുമായ കോറിഡോറിലൂടെ മുറിയിലേക്ക് നടക്കുമ്പോൾ ഒരിക്കലും അറ്റം കാണാത്ത ഒരു ടണലിനുള്ളിലാണ് ഞാൻ എന്ന് എനിക്ക് തോന്നി. ഫൽഗുനി കിടന്നിരുന്നു. കഠിനമായ തലവേദന കാരണം അവരുടെ മുഖം വല്ലാതെ നീര് വെച്ചിരുന്നു. രണ്ടുദിവസം തോരാതെ മഴ പെയ്തു. ഏറിയ സമയവും ഞാൻ കട്ടിലിൽ തന്നെ കഴിച്ചുകൂട്ടി. ഒരു നോട്ടം കൊണ്ടുപോലും ഫൽഗുനി എന്നെ ശല്യപ്പെടുത്തിയില്ല. കളിക്കുന്നില്ലേ എന്നോ കഴിക്കുന്നില്ലേ എന്നോ ചോദിച്ചില്ല.

ഞാൻ കുടിച്ചു തീർക്കുമ്പോഴൊക്കെയും എന്റെ ബോട്ടിലിൽ അവർ വെള്ളം നിറച്ചു. ഇടയ്ക്കിടെ അവർക്കേറ്റവും പ്രിയപ്പെട്ട സൊന്ദേശ് എന്ന ബംഗാളി മധുരം വായിൽ വെച്ച് തന്ന് ചിരിക്കുകയും ചെയ്തു. ബ്ലാക്ക് സിഗരറ്റ് കട്ടിൽ പടിയിൽ വെച്ചു തന്ന്, വലിച്ചോ എന്ന് ആംഗ്യം കാണിച്ചു. പകൽ മുഴുവൻ ഞാൻ ഉറങ്ങി. അത്താഴത്തിനു മാത്രം താഴെ ഇറങ്ങി ചെന്നു.

അപ്പോഴേക്കും മെസ്സ് ഹാളിൽ ആരോ സംഭാവന ചെയ്ത ഒരു ഇൻഡക്ഷൻ കുക്കർ സ്ഥാനം പിടിച്ചിരുന്നു. ഏത് സമയത്തും ചൂടുള്ള ഭക്ഷണവും നല്ല രുചിയുള്ള കാപ്പിയും ലഭ്യമായിരുന്നു. ശിവയെ ഓർത്ത് എനിക്ക് വല്ലാത്ത കുറ്റബോധം തോന്നി. അയാൾ എവിടെയായിരിക്കും? ശേഷാദ്രി ആശ്രമത്തിൽ അയാൾ ഉണ്ടായിരിക്കും എന്ന് ഞാൻ ആശ്വസിച്ചു.

അഞ്ചുദിവസം മുൻപ് കൃത്യമായി പറഞ്ഞാൽ നീലം സൈക്ലോണിന് മുൻപ്, ആശ്രമം ആളുകളെ കൊണ്ട് നിറഞ്ഞിരുന്നു... നവരാത്രി ബൊമ്മൈ ഗോലു തയ്യാറാക്കുന്നു. കൊട്ടും പാട്ടും ഒക്കെയുണ്ട്. എല്ലാവരും ആനന്ദത്തിലാണ്. പല സംസ്കാരങ്ങളിൽ നിന്നുമുള്ള മനുഷ്യർ പല ഭാഷകളിൽ സംസാരിക്കുന്നു. സ്ത്രീ പുരുഷ ഭേദമന്യേ പ്രായപരിധികൾ ഒന്നും സ്പർശിക്കാതെ ഓരോ ശരീരവും ഊർജ്ജം പ്രസരിപ്പിക്കുന്ന സ്രോതസ്സായി മാറുന്ന ഇന്ദ്രജാലം. പെട്ടെന്ന് എല്ലാ കണ്ണുകളും ഒരാളിലേക്ക് തിരിഞ്ഞു. അവിടെയുള്ളവരെ എല്ലാം നിശബ്ദരാക്കാൻ പ്രാപ്തമായ ഒരു ശബ്ദം മുഴങ്ങിക്കേട്ടു. കേൾക്ക് കേൾക്ക് ആ ശബ്ദത്തിന്റെ ആഴം ഏറി വരുന്നതായി എനിക്ക് അനുഭവപ്പെട്ടു. പിന്നീടാവട്ടെ മുകളിലേക്കാണോ താഴേക്കാണോ ആഴങ്ങളിലേക്കോ അതോ ആകാശത്തിലേക്കോ എന്ന് മനസ്സിലാവാത്ത വിധം എല്ലാ മനുഷ്യരും അതിൽ മുങ്ങിപ്പോയി. ഏറെ

ഉയരത്തിലുള്ള ജനാലുകൾ കാറ്റിലെന്ന പോലെ കിടുക്കി. തോള മുതൽ കാലു വരെ നിറയെ തൊങ്ങലുകൾ തുന്നിച്ചേർത്ത പ്രകാശമുതിർക്കുന്നു എന്ന് തോന്നിപ്പിക്കുന്ന വെള്ളയുടുപ്പിട്ട ഒരു സ്ത്രീയായിരുന്നു ഗായിക. സ്വർണത്തലമുടി, ബ്രൗൺ കണ്ണുകൾ.

ഞാൻ ഏറെ കൗതുകത്തോടും ആരാധനയോടും കൂടി അവരെ നോക്കിക്കൊണ്ടിരുന്നു.

"Hi, I am Omhani. I am a music healer. Half British and half Arab. My mama's from England and dad from Saudi Arabia."

" Wow, great to know. I like to know what you are in your deep soul. A British or an Arab? " ഞാൻ ചോദിച്ചു.

" Neither " അവർ ചിരിച്ചു.

" I purely am a shamanic soul. Have you heard of shamanism? "

" No, I haven't. " ഞാൻ പറഞ്ഞു.

" Okay, give me three words which describes what is life to you. "

" Nature, healing, spirituality and travelling. "

അവർ നിഗൂഢമായി ചിരിച്ചു. എനിക്കതിന്റെ അർത്ഥം മനസിലായില്ല.

" I knew it, I could feel it. "

എന്റെ ഹൃദയം പട പട മിടുക്കാൻ തുടങ്ങി ശരീരത്തിലൂടെ ചൂടും തണുപ്പും കലർന്ന ഊർജ്ജം വ്യാപിക്കുന്നതായി തോന്നി. അവൻ എന്റെ ഇടത്തെ കയ്യിൽ മുറുക്കിപ്പിടിച്ചിരുന്നു. ആ പിടുത്തം മുറുകെ കൊണ്ടിരുന്നു. ഒരേസമയം അവരുടെ വിട്ടുവിച്ച് ഓടി

രക്ഷപ്പെടാനും, അവർ ഒരിക്കലും ആ പിടി വിടാതിരിക്കാനും ഞാൻ ആഗ്രഹിച്ചു.

" You are at your heart chakra. Your energy is craving to go up towards Throat chakra. But there is a karmic block. I will help you open all your chakras through music. I heard you sing; your voice has healing power. Divine energy can flow through you, if you let me heal your block. But there is one thing, you will get ill. I mean, really really bad. Are you ready to go through it? Remember, you will be all alone. But the risk is worth. I am leaving early morning tomorrow. Come to main gate by 3.Am."

വല്ലാത്ത ഒരു ട്രാൻസിൽ പെട്ടുപോയിരുന്നു ഞാൻ. മുറിയിൽ എത്തിയതോ ഫൽഗുനിയോട് സംസാരിച്ചതോ ഞാൻ അറിഞ്ഞില്ല. അത്ര അപരിചിതമോ സുപരിചിതമോ അല്ലാത്ത ഒരു പ്രതലത്തിൽ പൊങ്ങിക്കിടക്കും പോലെ ഞാൻ ഉറങ്ങിപ്പോയി. ഉണർന്നപ്പോൾ ഒരു മണി. ഓംഹാനി പറഞ്ഞ സമയമാകാൻ ഇനിയും രണ്ടു മണിക്കൂർ കൂടിയുണ്ട്. വല്ലാത്ത നിസ്സഹായത തോന്നി. ഞാൻ ഫോണെടുത്ത് പ്രീതിക്കയെ വിളിച്ചു. മൂന്നാമത്തെ വിളിയിലാണ് ഫോൺ എടുത്തത്. അപ്പുറത്ത് നിന്നും ഉറക്കച്ചടവോടെയുള്ള ഒരു ഹലോ കേട്ടു. തലേന്ന് രാത്രിയുണ്ടായതെല്ലാം ഞാൻ പ്രിയോട് പറഞ്ഞു.

"വേണ്ടട്ടോ, സത്യായിട്ടും വേണ്ട. കേട്ടിട്ട് തന്നെ പേടിയാവണേ. എന്നോട് സത്യം വയ്ക്ക് ചെയ്യില്ലെന്ന്. ഇപ്പോൾ തന്നെ ഇങ്ങോട്ട് പുറപ്പെട്. അവിടെ നിൽക്കണ്ട. മൂന്നുമണിക്ക് പോകരുത്. പ്ലീസ്. "

"ശരി", ഞാൻ പറഞ്ഞു.

എനിക്ക് പേടിയായിരുന്നു. പേടിയായിരുന്നു എന്ന് സ്വയം പറയാൻ എനിക്ക് നാണക്കേട് തോന്നി. ജീവിതത്തിൽ എന്നെ ഏറെ ഭയപ്പെടുത്തുന്ന കാര്യം അനാരോഗ്യമാണ്, രോഗാവസ്ഥകളാണ്. അമ്മമ്മയുടെയും ചെറിയച്ഛന്റെയും ആശുപത്രിവാസങ്ങളിൽ ഞാനായിരുന്നു ബൈസ്റ്റാൻഡർ. ആ നിസ്സഹായതയും വേദനകളും കണ്ണീരും മറക്കാൻ സാധിച്ചിട്ടില്ല.

എത്ര വേണ്ട എന്ന് മനസ്സ് പറഞ്ഞിട്ടും രണ്ട് മുക്കാൽ ആയപ്പോൾ ഞാൻ എഴുന്നേറ്റ് മുഖം കഴുകി. പുറത്തിറങ്ങിയപ്പോൾ അന്തരീക്ഷം രണ്ടു മഴകൾക്കിടയിലെ ശാന്തതയിൽ. ചുറ്റും കാറ്റിൽ ഒടിഞ്ഞ മരക്കൊമ്പുകൾ വീണു കിടന്നു.

കറന്റ് പോയിരുന്നു. ഈ ഇരുട്ടിൽ എങ്ങനെ പോകും? പെട്ടെന്ന് റോഡിന് നടുവിലായി രൂപം നിൽക്കുന്നത് കണ്ട് എന്റെ വയറൊന്നു കാളി.തലേദിവസത്തെ അതേ വിചിത്ര വേഷത്തിൽ ഓംഹാനി. തോള്ള മുതൽ കാൽപാദം വരെ പലതൊങ്ങലുകൾ തുന്നി പിടിപ്പിച്ച വെള്ള വസ്ത്രം. കയ്യിൽ കുറ്റൻ വീണ.. രുദ്രാക്ഷ സഞ്ചി കണക്കെയുള്ള നീളത്തിൽ കിടക്കുന്ന പരുത്തി ബാഗ്. മിന്നൽ പോലെ, എന്നാണ് എനിക്ക് തോന്നിയത്.

"Come with me ", ഓംഹാനി ഒഴുകും പോലെ മുന്നോട്ടു നീങ്ങി. വീണുകിടക്കുന്ന മരച്ചില്ലകൾക്കും മറ്റും ഇടയിലൂടെ അവർക്കൊപ്പം എത്തുവാൻ ഞാൻ കഷ്ടപ്പെട്ടു. അവർ നടക്കുകയല്ല ഒഴുകി നീങ്ങുകയാണെന്ന് എനിക്ക് ഉറപ്പുണ്ടായിരുന്നു. വിശ്വസിക്കാൻ ഇഷ്ടമില്ലായിരുന്നുവെങ്കിൽ കൂടി. ഈ കാറ്റത്ത് കയ്യിൽ ഭാരമേറിയ വീണയും പിടിച്ചുകൊണ്ട് ലോഹ പോലെ ഉടുപ്പുമിട്ട് ഇത്ര അനായാസേന നീങ്ങുവാൻ ഒരു സാധാരണ മനുഷ്യന് സാധ്യമല്ല എന്നത് ഉറപ്പാണ്. രമണാശ്രമത്തിന്റെ ഗേറ്റ് തുറന്നു കിടന്നിരുന്നു. അവർ നേരെ നടന്നു പോയി

ലൈബ്രറിയുടെ മുന്നിലെ മാർബിൾ പടിയിലിരുന്നു ഞാൻ അവർക്ക് അരികിലിരുന്നു.

"I can see that you are not ready to be released from your karmic block. But that's okay. Every journey has a design. There is a pattern and pattern breaking and a pattern in pattern breaking. And again, it falls into new pattern and then it breaks. The code of physical body and then the karmic code. A shaman can be present in their physical body and travel through multiverse at the same time. Switch through dimensions. Talk to the spirits, the hidden forces and powers. There are impurities in the form of fear in you. Once you are ready, you will find a teacher to take you further. "

ഒരു സ്വപ്നം പോലെ ഓമ്ഹാനി യാത്രയായി പോകും മുൻപ് വളരെ വിചിത്രമായ ഒരു ലോക്കറ്റ് എനിക്ക് തന്നു കൊണ്ട് പറഞ്ഞു. " This is a shamanic amulet. Keep this close to your body. You will lose this one day, and that's when your soul is ready to split to travel- the real travelling. The one which we do with our body is just a metaphor. Reality lies elsewhere."

ഓം ഹാനി പോയപ്പോൾ സമയം ഏകദേശം ഏഴ് മണിയായിരുന്നു. അവർ തന്ന അമുലറ്റ് ഷാളിന്റെ അറ്റത്ത് കെട്ടിയിട്ട് ഞാൻ നേരെ അമ്പലം നടയിലേക്ക് നടന്നു. മുല്ലപ്പൂവിന്റെയും കളഭത്തിന്റെയും മണം.

അമ്പലത്തിൽ നിന്നും ആശ്രമത്തിലേക്കുള്ള വഴിയിൽ ഒരു അമ്മൂമ്മയുടെ പണിയാര കടയുണ്ട്. രാവിലെ കുഴി പണിയാരവും ചട്നിയും മാത്രം. കടയ്ക്ക് മുൻപിലെ

തിണ്ണയിൽ കുഞ്ഞു തട്ടുകകൾ നിരത്തിയിട്ടിരിക്കും. തൂണിനോട് ചേർത്തിട്ടിരിക്കുന്ന തട്ടുക്കിൽ ഞാൻ ഇരുന്നു. നേരെ എതിർവശത്ത് പുലരിയുടെ മായിക ഭംഗി വിളയാടുന്ന നാട്ടുവഴി. ദൂരെ അരുണാഭമായ അരുണാചലം. വെയിലിന്റെ ഭംഗിയും മേഘരൂപങ്ങളുടെ നിഗൂഢതകളും അന്നത്തെ ആകാശ നീലയുടെ ആഴങ്ങളും ചന്ദ്രനും ഒന്നും കാണാത്തവർ ജീവിക്കുന്നില്ല എന്ന് എനിക്ക് തോന്നി. വയറ്പ നിറയെ പണിയാരവും കഴിച്ച് ആശ്രമത്തിലേക്ക് നടക്കും വഴി ഒരു കറുത്ത ചരട് വാങ്ങി ഓംഹാനി തന്ന അമുലറ്റ് കോർത്ത് കഴുത്തിൽ കെട്ടി. ആശ്രമത്തിൽ എത്തും മുൻപ് ക്ലീനിയയുടെ കോൾ വന്നു.

" ഞാൻ നാളെ തിരുവണ്ണാമലയിൽ എത്തും. ഇപ്പോൾ ചെന്നൈയിലാണ് "

***

ഓമ്ഹാനി പോയിട്ട് ഇപ്പോൾ നാല് ദിവസമായി എന്റെ ബാഗിൽ അവരുടെ വിസിറ്റിംഗ് കാർഡ് എന്തെടുക്കുമ്പോഴും കയ്യിൽ തടഞ്ഞു. എനിക്കത് വലിയ ഭാരമായി തോന്നി. എന്നാൽ അവർ തന്ന അമുലറ്റ് എന്നെ തന്നെ ഭാരമില്ലാത്തവളാക്കിയത് പോലെ. പ്രണയത്തിൽ ആവുമ്പോഴത്തെ ലാഘവത്വം. വിക്ടർ എത്തിയെന്നും ജോലിസംബന്ധമായ വലിയ തിരക്കിലാണെന്നും ക്ലീനിയ പറഞ്ഞു. അന്ന് വൈകീട്ട് അവർ ആശ്രമത്തിലേക്ക് വരുമെന്നും

അന്ന് വൈകുന്നേരം ഞാൻ ഫൽഗുനിയുമായി സംസാരിച്ചുകൊണ്ടിരുന്നപ്പോൾ ക്ലീനിയ വിളിച്ചു.

" Come down to the dining area. I'm here, waiting for lunch. Victor is with me. Did you have your lunch? "

"Hey, don't eat. Wait for me. Let's go eat prasada at Ramanashramam." ഞാൻ പറഞ്ഞു.

"Well, that's a good idea. Come down then."

" Okay, gimme few minutes. Lemme dress up. "

ക്ലീനിയേയും വിക്ടറും മിസ് ഹോളിന് പുറത്തേക്ക് എന്നെ കാത്തിരിക്കുന്നുണ്ടായിരുന്നു. അയാളെ ആദ്യമായി നോക്കുമ്പോൾ എങ്ങനെ നോക്കണം എന്നും ഇനി നോക്കാതിരിക്കുകയാവുമോ ഉചിതമെന്നും ഞാൻ മനസ്സിൽ കണക്കുകൂട്ടി. കാണും മുൻപേ തന്നെ എനിക്ക് അയാളോട് പ്രേമം തോന്നിത്തുടങ്ങിയിരുന്നു എന്നാൽ അയാൾ ദുഷെയ്നെ പോലെ ഒരു റഷ്യക്കാരൻ ആയതു കൊണ്ട് മാത്രമാണ് ഞാൻ കരുതുന്നില്ല. "എന്തൊരു മനുഷ്യനാണ് അയാൾ, നീ പരിചയപ്പെടണം" എന്ന് ക്ലീനിയ എന്നോട് പറഞ്ഞപ്പോഴും അയാളുടെ ജീവിതത്തിന്റെ ചിത്രം ഭാഗികമായി ആണെങ്കിലും എന്നെ അവർ വരച്ചു കാണിക്കുകയും ചെയ്തപ്പോഴും എന്റെ സങ്കൽപ്പങ്ങളിലേക്ക് അയാൾ ഉയരും പോലെ എനിക്ക് തോന്നി. ആശയഗംഭീരനായ ഒരു പുരുഷൻ! അതേ സമയം വിനയവും കരുണയും അയാളിൽ പ്രകാശിക്കുന്നു. ഒരു ഫലം, രുചിയുള്ള കാമ്പിനുള്ളിൽ തന്റെ വിത്ത് സൂക്ഷിക്കും പോലെ.. ആശയവും അന്തസത്തയും ചേരുമ്പോൾ അത് ഉത്തമമായ ഒരു സൃഷ്ടിയാവുന്നു.

വെള്ള വസ്ത്രത്തിൽ ക്ലീനിയയും വിക്ടറും മാലാഖകളെ പോലെ കാണപ്പെട്ടു. വിക്ടറിനെ കാണാൻ മൈക്കലാഞ്ചലോയുടെ ഡേവിഡിനെ പോലെ തോന്നി. ദുഷയിൻ ഇങ്ങനെയല്ല. അയാളിൽ തികച്ചും ഗ്രാമീണമായ ഒരു ലാളിത്യം വിളങ്ങിയിരുന്നു.

മൈക്കലാഞ്ചലോവിന്റെ ഡേവിഡ്, ബൈബിളിലെ ഡേവിഡ് ആൻഡ് ഗോലിയാത് എന്ന കഥയിലെ

ആട്ടിടയനായ ഡേവിഡ് ആണെന്ന് ഉൾക്കൊള്ളാൻ എനിക്ക് സാധിച്ചിട്ടില്ല. ശരീരത്തിൽ, നില്പിൽ മാനറിസത്തിൽ ഭാവത്തിൽ ഒന്നും ഗ്രാമീണതയുണ്ടെന്ന് എനിക്ക് തോന്നിയിട്ടില്ല. അയാൾ ഹൃദയം കൊണ്ട് ചിന്തിക്കുന്നവൻ ആണെന്ന് കാണിക്കുവാൻ മൈക്കലാഞ്ചലോ ഡേവിഡിന്റെ കണ്ണുകളിൽ ഹൃദയ ചിഹ്നം കൊത്തി വെച്ചിരുന്നു. എന്നാൽ ദുഷൈനിന്റെ മുഖം ശരീരം ഒക്കെയും അത് വിളിച്ചോതുന്നവയാണെന്ന് എത്ര ഭംഗിയായി ചിങ്കിസ് ഐത്മതൊവ് വരച്ചു കാട്ടിയിരിക്കുന്നു.

ഞങ്ങൾ മൂന്നുപേരും കൂടി രമണാശ്രമത്തിലേക്ക് നടന്നു. വിക്ടർ ഏറെനേരവും നിശബ്ദനായിരുന്നു. എങ്കിലും ഞാനും ക്ലീനിയയും സംസാരിക്കുന്നത് കേൾക്കുകയും ചിലപ്പോൾ ഒക്കെ സഹൃദയത്തോടെ മറുപടി തരികയും, ഇടയ്ക്കിടെ ഏറെ ഭംഗിയായി ചിരിക്കുകയും ചെയ്തു. അയാളുടെ ശരീരവും വെളുത്ത ജുബ്ബയും ചന്ദ്രനും നിലാവും പോലെ ശോഭയുള്ളതായിരുന്നു. രമണാശ്രമത്തിലെ പ്രസാദം അയാൾ ഏറെ ഭംഗിയായി കഴിച്ചു. അതിനുശേഷം ഞങ്ങൾ ഗോശാലയും ലൈബ്രറിയും സന്ദർശിച്ചു. ഏറെ ദിവസങ്ങൾക്ക് ശേഷമാണ് ഞാൻ ഇത്രയും സമാധാനത്തോടെ ഇരിക്കുന്നത് എന്ന് എനിക്ക് തോന്നി. വിക്ടറിന്റെ കണ്ണുകൾ കരുണയുള്ളതായിരുന്നു. ശബ്ദവും ഭാവങ്ങളും പതിഞ്ഞ മട്ടിൽ ഉള്ളതായിരുന്നു

"Victor, have you been like this always? So softspoken and humble? "

"No dear, I used to be a different person, totally. Years of service in natural calamities has touched and moved me a lot. All those experiences pushed me to be who I am today.

Seeing people in grief and pain, fear and anxiety. You just see yourself stepping up to an elavated space of compassion and sense of duty."

ദുഷൈനിനെ പോലെ വിക്ടർ കുതിരപ്പുറത്ത് പോയി മനുഷ്യരെ രക്ഷിക്കുന്നതായി സങ്കൽപിച്ചതോർത്ത് ഞാൻ ചിരിച്ചു.

"Why are you here, in this place?" അയാൾ കൗതുകത്തോടെ ചോദിച്ചു.

"Just trying to observe how people are trying to work on their inner self. It helps me remind myself of my own journey. It helps me keep focused." ഞാൻ പറഞ്ഞു.

"At which point are you what are you trying to outgrow? what limitation?"

"I am at that point where I would like to stop judging people I mean to the max."

"I remember reading Jiddu Krishnamurthy saying – do look at something.. at a tree, a child etc etc, without naming it not to judge, not evaluate, sort of stuff. I think it is one of the greatest quotes of all times."

ഞാൻ അത്ഭുതത്തോടെ അയാളെ നോക്കി.

ഞങ്ങൾ ഗിരിവലം പോകുവാൻ തീരുമാനിച്ചു. പോകും വഴിയെല്ലാം ക്ലീനിയ അസ്വസ്ഥയായിരുന്നു. അവൾ പുകവലിച്ചുകൊണ്ടിരുന്നു. അവളുടെ ഹിമാചൽ പ്രദേശിൽ ഉള്ള സുഹൃത്തുക്കൾ പെട്ടെന്ന് നാട്ടിലേക്ക് തിരിച്ചു പോകാൻ തീരുമാനിച്ചിരിക്കുന്നു. അതുകൊണ്ട് ഇത്രയും പെട്ടെന്ന് അവിടെ എത്തണം. കാട്ടിനുള്ളിൽ ചില കോട്ടേജുകൾ അവർ ഒന്നിച്ച് വാടകയ്ക്ക് എടുത്തിരുന്നു. ക്ലീനിയയുടെ കുറെ ലഗേജ് അവിടെ

വെച്ചിട്ടാണ് പെട്ടെന്നുണ്ടായ തോന്നലിൽ അവൾ തിരുവണ്ണാമലയ്ക്ക് പുറപ്പെട്ടത്. അവളുടെ വസ്തുക്കൾ അവിടെ സൂക്ഷിക്കാൻ ആവില്ലെന്ന് റിസോർട്ട് അധികൃതർ അറിയിച്ചിരിക്കുന്നു.

സൈക്ലോണിന്റെ താണ്ഡവം അവസാനിച്ചിരുന്നു എങ്കിലും പലയിടത്തും അതിന്റെ നാശനഷ്ടങ്ങൾ ഉണ്ടാക്കിയ അസൗകര്യങ്ങൾ നിലനിൽക്കുന്നു.

I got ticket from Chennai, will you come with me to Chennai? അവൾ എന്നോട് ചോദിച്ചു.

പെട്ടെന്ന് ഞാൻ വിക്ടറിനെ നോക്കി.

" It's just 200 km. You people can take a taxi if buses are not available yet." അയാൾ പറഞ്ഞു.

" Taxi is better. We could stop as we want, and I can smoke as much as I need" കസീനിയ ചിരിച്ചു.

" Okay let's go. Victor why don't you join us? we will come back together. " ഞാൻ പറഞ്ഞു.

" Oh dear, I fear I can't I need to go to Vandalur for work. "

ഞാനും ക്ലീനിയേയും ആശ്രമത്തിലെത്തി. ഞാൻ അത്യാവശ്യം വേണ്ട സാധനങ്ങൾ ചെറിയ ബാഗിൽ പാക്ക് ചെയ്തു. വൈകുന്നേരം 3 മണിയോടെ ടാക്സി എത്തി. ഞങ്ങൾ ചെന്നൈയിലേക്ക് പുറപ്പെട്ടു.

തിരുവണ്ണാമലൈ ചെന്നൈ റൂട്ട് എനിക്ക് ഏറെ പ്രിയപ്പെട്ട ഒന്നാണ്. ഗ്രാമങ്ങളിലൂടെയാണ് യാത്രയെങ്കിലും ഇടയ്ക്കിടെ നീണ്ട കടകൾ ഇരുവശത്തും കാണാം. സന്ധ്യയ്ക്ക് മുൻപേ തെളിയുന്ന വിളക്കുകൾ നിറയെ തൂക്കിയ കടകൾ. പലഹാരങ്ങളും പഴങ്ങളും ഏറെ. യഥേഷ്ടം ചായക്കടകൾ. വഴിയിൽ ഞങ്ങൾ എണ്ണമില്ലാത്ത അത്ര ചായ കുടിച്ചു. കിട്ടിയ പലഹാരങ്ങൾ എല്ലാം വാങ്ങിത്തിന്നു. ഉപ്പും മുളകും

പുരട്ടിയ പേരക്കയും നല്ല എരിവുള്ള ഇലന്ത വടയും (ഇലന്തപ്പഴം ശർക്കരയും ഉപ്പും ചുവന്ന മുളകും ചേർത്ത് ഇടിച്ച പരത്തിയത്) വാങ്ങി കഴിച്ചു.

മൂന്ന് മണിക്കൂർ കൊണ്ട് എത്തിച്ചേരേണ്ടയിടത്ത് ഞങ്ങൾ എത്തിയപ്പോൾ 6 മണിക്കൂർ കഴിഞ്ഞു. 10 മണിയോടെ ഞങ്ങൾ ചെന്നൈയിലെത്തി. താമസിക്കാൻ റൂം കിട്ടിയിട്ടില്ലാത്തതുകൊണ്ട് ടി സി എസിൽ ജോലി ചെയ്യുന്ന എന്റെ സുഹൃത്തിന്റെ അപ്പാർട്ട്മെന്റിലേയ്ക്കാണ് ഞങ്ങൾ പോയത്. അവൻ ഞങ്ങൾക്ക് വേണ്ടി ചോറും രസവും ഉണ്ടാക്കി വച്ചിരുന്നു. മയക്കത്തിൽ എന്ന പോലെയാണ് ഞാൻ ഭക്ഷണം കഴിച്ചത്. അത്രയ്ക്ക് ക്ഷീണിച്ചു പോയിരുന്നു. പിറ്റേദിവസം രാവിലെ ഞാൻ തിരുവണ്ണാമലയ്ക്ക് ബസ്സ് കയറി. ക്ലീനിയക്ക് വൈകുന്നേരമാണ് ഫ്ലൈറ്റ്. അവളെ എയർപോർട്ടിലേക്ക് ആക്കാൻ സുഹൃത്തിനോട് ആവശ്യപ്പെട്ടിട്ടാണ് ഞാൻ തിരുവണ്ണാമലയ്ക്ക് പുറപ്പെട്ടത്.

തിരിച്ച തിരുവണ്ണാമലൈയിലേക്കുള്ള യാത്രയിൽ വിക്ടറിനെ വീണ്ടും കാണാനാവും എന്ന് പ്രതീക്ഷ എനിക്കുണ്ടായിരുന്നില്ല. വല്ലാത്ത കരച്ചിൽ വന്നു. ബസ് ഇറങ്ങിയപ്പോൾ സമയം 2:00 മണി. എനിക്കെന്തോ ഫാൽഗുനിയുടെ മുറിയിലേക്ക് പോകാൻ തോന്നിയില്ല. നേരെ വേല്ലുവിന്റെ കടയിലേക്ക് പോയി. അവിടെ നല്ല തിരക്കായിരുന്നു. ഒരു ചായ കുടിച്ചിട്ട് ഞാൻ ശിവയുടെ വീട്ടിലേക്ക് നടന്നു. ശിവ ഊണ് കഴിക്കാൻ തുടങ്ങുകയായിരുന്നു. ഞാൻ അതിൽ നിന്നും ഒരല്പം കഴിച്ചു. തീരെ വിശപ്പോ സ്വാദോ തോന്നിയില്ല. വെറുതെ ചുമരും ചാരിയിരുന്നു. ശിവയും ഒന്നും മിണ്ടിയില്ല എന്തൊരു ശോകം പിടിച്ച ദിവസമാണിതെന്ന് എനിക്ക് തോന്നി. ശിവയോട് ഒന്നും മിണ്ടാതെ പതുക്കെ എഴുന്നേറ്റു നടന്നു. ആശ്രമത്തിൽ അടുത്ത് എത്തിയില്ല,

ഗാമിനിയമ്മയുടെ കടയിൽ വിക്റ്റർ ഇളനീർ കുടിക്കുന്നുണ്ടായിരുന്നു. ഒരുപക്ഷേ പറഞ്ഞാൽ വിശ്വസിക്കില്ല, അയാളെ കാണുന്നതിനും ഏതാനും സെക്കന്റുകൾക്ക് മുൻപേ ഞാൻ അറിഞ്ഞിരുന്നു, അയാളെ കാണാൻ പോകുന്നു എന്ന്.

എന്നെ കണ്ടപ്പോൾ വിക്ടറിനു സന്തോഷമായതുപോലെ.

" ഇളനീർ കുടിക്കുന്നോ? "അയാൾ ചോദിച്ചു.

" ഭക്ഷണം വാങ്ങിത്തരു, എനിക്ക് വിശക്കുന്നുണ്ട്". ഞാൻ പറഞ്ഞു.

" എങ്കിൽ നമുക്ക് ഗ്ലാസ് പാലസിൽ പോകാം, അവിടെ ഒറ്റയ്ക്ക് ഭക്ഷണം കഴിക്കുന്നത് എത്ര വേദനാജനകമാണ്. അംബിയൻസ് ഉള്ള ഒരു റസ്റ്റോറന്റിൽ എനിയ്ക്കൊപ്പം ഭക്ഷണം കഴിക്കുവാൻ ഒരു സ്ത്രീയില്ലെങ്കിൽ അത് എനിക്ക് വളരെ ബുദ്ധിമുട്ടുണ്ടാക്കുന്ന സംഗതിയാണ്". അയാൾ ചിരിച്ചു.

ഗ്ലാസ് പാലസ് വിദേശികളെ ഉദ്ദേശിച്ചുള്ള ഒരു തീറ്റ സ്ഥലമാണ്. ക്ലീനിയക്കൊപ്പം എത്രയോ തവണ ഞാൻ അവിടെ പോയിരിക്കുന്നു. അവിടെ പകൽ സമയത്തും കോർത്തു തൂക്കിയിട്ട അരിമുല്ല പോലത്തെ വിളക്കുകൾ പ്രകാശിച്ചുകൊണ്ടിരിക്കും.

ഞാൻ എന്തൊക്കെയോ ഓർഡർ ചെയ്തു.

" നിനക്ക് എന്നോട് പ്രേമമാണോ? എനിക്ക് അങ്ങനെ തോന്നുന്നു." വിക്ടർ പറഞ്ഞു

"ഇല്ല". ഞാൻ മുഖം താഴ്ത്തി.

"എത്ര പെട്ടെന്നാണ് ഇന്ത്യൻ സ്ത്രീകൾ പ്രണയത്തിലാവുന്നത് അത്ഭുതം തന്നെ ".

മുൻപ് എത്രയോ സ്ത്രീകൾ ഒരുപക്ഷേ യാത്രയ്ക്കിടയിൽ അയാളുമായി അടുപ്പത്തിൽ ആയിട്ടുണ്ടാവായിരിക്കാം

എന്നുള്ള തോന്നൽ എന്നെ വല്ലാത്ത അസൂയാലുവാക്കി. അതുമാത്രമല്ല ഇന്ത്യൻ സ്ത്രീകൾ വളരെ പെട്ടെന്ന് പ്രണയത്തിലാവും എന്ന അയാളുടെ പ്രസ്താവന എനിക്ക് വലിയ അപമാനകരമായി തോന്നി.

എന്റെ മനസ്സിലിരിപ്പ് അയാൾക്ക് മനസ്സിലാവാതിരിക്കുവാൻ ഞാൻ ഉറക്കെ മിണ്ടുകയും പൊട്ടിച്ചിരിക്കുകയും ചെയ്തു. അയാൾ പതുക്കെ എന്റെ വിരലിൽ തൊട്ടുകൊണ്ട് പറഞ്ഞു.

"സാരമില്ല നിന്നെ അപമാനിക്കുവാൻ ഞാൻ ഉദ്ദേശിച്ചിട്ടില്ല. എന്തിനിത്ര ഭാരം ചുമക്കുന്നു? സ്വതന്ത്രയായി ജീവിച്ചു കൂടെ?"

എനിക്ക് അതിന്റെ അർത്ഥം ഒട്ടും മനസ്സിലായില്ല. എങ്കിലും ഞാൻ ഭാവിച്ചില്ല.

“നിനക്കിന്ന് ഫൽഗുനിയുടെ മുറിയിലേക്ക് പോകണോ?”

ഞാൻ കണ്ണുയർത്തി, മനസ്സിലായില്ല എന്ന ഭാവത്തിൽ അയാളെ നോക്കി.

"ആകാശം കാണാൻ പോകുന്നു വരുന്നോ?" അയാൾ ചോദിച്ചു.

ഞാൻ സന്തോഷത്തോടെ ചിരിച്ചു.

ജവദുഹിൽസിന് മുകളിൽ വാന കുതുകികളായ ഒരുകൂട്ടം മനുഷ്യർ ആകാശനിരീക്ഷണത്തിന് തിരഞ്ഞെടുത്തിരിക്കുന്ന ദിവസമായിരുന്നു അന്ന്. അവരിൽ ഒരാളുടെ പ്രോപ്പർട്ടിയിൽ താമസവും വാനനിരീക്ഷണത്തിനായി വലിയ ഒരു ടെലിസ്കോപ്പും ഒരുക്കിയിരിക്കുന്നു.

അന്ന് രാത്രി ഞാൻ അപരിചിതരായ കുറെ മനുഷ്യർക്കൊപ്പം ഭക്ഷണം കഴിച്ചു. ടെലസ്കോപ്പ്

വഴി ചന്ദ്രന്റെ പ്രതലം കണ്ടു. മറ്റ് നക്ഷത്രങ്ങളെക്കുറിച്ചെല്ലാം വിക്ടർ വിശദീകരിച്ചു.

" ഇതെന്താണ്?"

എന്റെ കഴുത്തിൽ കിടന്ന അമുലറ്റ് ചൂണ്ടിക്കൊണ്ട് വിക്റ്റർ ചോദിച്ചു. അതൊരു ഷാമനിക് അമുലെറ്റ് ആണ്. "ഞാൻ പറഞ്ഞു.

" നിനക്ക് ഇതെവിടുന്ന് കിട്ടി? "

" ഇവിടെ വെച്ച് പരിചയപ്പെട്ട ഒരു സ്ത്രീ തന്നതാണ്. എന്തേ? "

"അത്ഭുതം" വിക്ടർ അമുലറ്റ് കയ്യിൽ എടുത്തു നോക്കി. ചന്ദന നിറമുള്ള പ്രതലത്തിൽ ഒരു പുരുഷന്റെ ചിത്രം കൊത്തി വച്ചിരിക്കുന്നു. അയാൾ ചന്ദ്രന് നേരെ മുഖമുയർത്തിയിരിക്കുന്നു. അയാൾക്ക് പുറകിൽ ഒരു കൂറ്റൻ കാള.

"ഇതൊരു പുരുഷൻ ധരിക്കേണ്ട അമുലറ്റ് ആണ്. നോക്കൂ ഒരു പുരുഷൻ, പൗരുഷത്തിന്റെ പ്രതീകമായ കാളയും. അയാൾ സൂര്യനെ നോക്കുന്നു. ഷാമനിസത്തിൽ സൂര്യൻ ജീവിതത്തിന്റെയും മസ്കുലിൻറ്റിയുടെയും പ്രതീകമാണ്. Masculine energy in complete form. ആ പുരുഷൻ ഒരു ഇണയ്ക്കായല്ല ആഗ്രഹിക്കുന്നത്. തന്റെ തന്നെ വളർന്ന ചേതനയെ, പരിമിതികളെ ഭേദിച്ച അവസ്ഥയെ. പൂർണാവസ്ഥയെ ആണ് അയാൾ ആഗ്രഹിക്കുന്നത്. "

"നിങ്ങൾക്ക് ഷാമനിക് സങ്കല്പങ്ങളിൽ വിശ്വാസമുണ്ടോ?" ഞാൻ ചോദിച്ചു.

"എനിക്ക് എല്ലാ മനുഷ്യരിലും വിശ്വാസമുണ്ട്. അവരുടെ ഭാഷയും സിംബലുകളും എത്ര ആർട്ടിസ്റ്റിക്ക് ആണ്. സംഗീതം അത്ഭുതകരമാണ്. ഷാമൻസിന്റെ മരുന്നും വളരെ എഫക്റ്റീവ് ആണ്.

ജോലി സംബന്ധമായി ചെയ്ത യാത്രയ്ക്കിടയിൽ പലപ്പോഴായി ഷാമനിക് വിസ്ഡം എന്നെ അത്ഭുതപ്പെടുത്തിയിട്ടുണ്ട്. "

ഇത്രയും പറഞ്ഞതിനുശേഷം വിക്ടർ ഏറെനേരം മിണ്ടിയതേയില്ല. അയാൾ ഗൗരവത്തോടെ എന്തോ ആലോചിക്കും പോലെ തോന്നി.

തണുത്ത കാറ്റ് വീശി. കുന്നിൻ മുകളിൽ ഒറ്റയ്ക്കിരിക്കുമ്പോലെ എനിക്ക് തോന്നി. വിക്ടർ അവിടെ ഇല്ലാത്തതുപോലെ. ദൂരെ റോഡിലൂടെ വണ്ടികൾ പോകുന്നതിന്റെ വെളിച്ചം ശ്രദ്ധിച്ചുകൊണ്ട് ഞാനിരുന്നു.

"നീ ഒരു ഇമോഷണൽ ബീയിംഗ് ആണ്. കുറച്ചുകൂടി ഒബ്സർവന്റ് ആയാൽ നിനക്ക് മറ്റു പലതും കാണാനാകും. പുതിയ വെളിച്ചത്തിൽ. നിന്നെ ഒരു കാര്യം കാണിക്കുന്നതിനെപ്പറ്റി ആലോചിക്കുകയായിരുന്നു ഞാൻ. പക്ഷേ അത് നീ കാണുക വൈകാരികതലത്തിൽ നിന്നു കൊണ്ടായിരിക്കും. ചിലതൊക്കെ വെറും കോയിൻസിഡൻസ് ആവും. മറ്റു ചിലതാവട്ടെ നീ എത്തിയിട്ടില്ലാത്ത തലത്തിൽ അർത്ഥങ്ങൾ ഉള്ളതും. കാണിക്കാതെ ഇരുന്നാൽ പിന്നെ തിരിച്ച് പോയാലും ഒരു ഭാരം പോലെ നീ മനസ്സിൽ ഉണ്ടാകും. ". അയാൾ പറഞ്ഞു.

" ഇത്ര മുഖവുര എന്തിന്? കാണിയ്ക്കു. "

അയാൾ അകത്തേക്ക് പോയി ബാഗിൽ നിന്നും എന്തോ എടുത്തു വന്നു. ഒരു നിമിഷം ഞാൻ ഞെട്ടിപ്പോയി. ഓംഹാനി എനിക്ക് തന്ന അമുലറ്റിനൊട്ടു സാമ്യമുള്ള മറ്റൊരു അമുലറ്റായിരുന്നു അത്. അതേ ചന്ദനനിറം, അതേ വലിപ്പം.

"നോക്കൂ, ഒരു സ്ത്രീ. അരികിൽ ഒരു കൂറ്റൻ മാൻ. ആ സ്ത്രീ ചന്ദ്രനെ നോക്കിനിൽക്കുന്നു. എന്തൊരു അത്ഭുതം അല്ലേ?" വിക്ടർ ചിരിച്ചു.

എന്റെ ഹൃദയം നിലച്ചത് പോലെയായി. ഞാൻ വിക്ടറിന്റെ കയ്യിൽ മുറുകെ പിടിച്ചു. ഒരു ഉശിരൻ കാറ്റ് വന്നു എന്നെ പറത്തിക്കൊണ്ടുപോകും എന്ന് ഞാൻ ഭയന്നു. ഞാൻ എന്തൊക്കെയോ പുലമ്പുന്നുണ്ടായിരുന്നു. വിക്ടർ വളരെ ശാന്തനായി എനിയ്ക്കരികിൽ ഇരുന്നു.

"ചന്ദ്രൻ ഒരു പ്രതീകമാണ്. പൂർണ്ണമായ ശക്തമായ ഫെമിനിൻ എനർജിയുടെ പ്രതീകം. ആ സ്ത്രീ ഒരു പുരുഷന് വേണ്ടിയുള്ള അന്വേഷണത്തിൽ അല്ല. അവൾ അവളുടെ പൂർണ്ണരൂപത്തിലേക്കുള്ള യാത്രയിലാണ്."

അയാൾ ഏറെ ശാന്തനായി പതിഞ്ഞ ശബ്ദത്തിൽ പറഞ്ഞു

"നിന്റെ മുറിവുകൾ ഉണങ്ങിക്കഴിയുമ്പോൾ നീ തിളങ്ങും. നീ പൂർണയാകുമ്പോൾ നീയൊരു പുരുഷനെ അന്വേഷിക്കാതെയാവും. നീ ഏകയായി സഞ്ചരിക്കേണ്ടവളാണ്. പൂർണയാകുമ്പോൾ നീയത് തിരിച്ചറിയും"

ഞാനൊന്നും പ്രതികരിക്കാതെ കേട്ടുകൊണ്ടിരുന്നു. എനിക്ക് വേദനയോ നിരാശയോ തോന്നിയില്ല. പകരം വല്ലാത്ത നിസംഗത തോന്നി.

"ഇതാ ഇത് നീ കൈയിൽ വയ്ക്കൂ, പകരം നിന്റെ കയ്യിലുള്ള അമുലറ്റ് എനിക്ക് തരൂ. ഇത് നമുക്ക് ഒരു ഓർമ്മപ്പെടുത്തൽ ആവട്ടെ. നാം എന്തിനാണ് ശ്രമിക്കേണ്ടത് എന്നും എന്താണ് കണ്ടെത്തേണ്ടതെന്നും ഇത് നമ്മളെ ഓർമിപ്പിക്കട്ടെ."

ഞാൻ എന്റെ കഴുത്തിൽ കിടന്ന അമുലറ്റ് അഴിച്ചെടുത്ത് വിക്ടറിനു കൊടുത്തു. അയാളുടെ കയ്യിലിരുന്ന അമുലറ്റ് എന്റെ ബാഗിൽ ഇട്ടു.

"പുലരാറായി ഉറങ്ങണം. വരൂ പോകാം."

മുൻവശത്തെ ലിവിങ് ഏരിയയിൽ സ്ത്രീകൾക്ക് പായ വിരിച്ചിരുന്നു. ഞാൻ അവർക്കിടയിൽ പോയി കിടന്നു എങ്കിലും പുലരും വരെ ഉറങ്ങിയില്ല.

നേരം പുലരാൻ വേണ്ടി ഞാൻ കാത്തു കിടന്നു. ആറുമണിക്ക് മുൻപേ ഞാൻ എന്റെ ബാഗും എടുത്ത് പതുക്കെ കുന്നിറങ്ങി. ബസ് കിട്ടാതെ തിരിച്ച വരേണ്ടി വരുമോ എന്ന പേടിയുണ്ടായിരുന്നു ഉള്ളിൽ. ഇറങ്ങും മുൻപ് ഞാൻ വിക്ടർ എനിക്ക് തന്ന അമുലറ്റ് ഡൈനിങ് ടേബിളിന് മുകളിൽ വെച്ചിട്ട് വന്നു.

മനസ്സ് തുറന്നു ഒന്ന് സംസാരിക്കാൻ പോലും അനുവദിക്കാതെ, എന്നെ ഒന്ന് കേൾക്കാനുള്ള സന്നദ്ധ പോലും കാണിക്കാതെ, അയാൾ എന്റെ പ്രണയം നിരസിച്ചിരിക്കുന്നു.

തന്നോട് അൽത്തിനാള്ള് പ്രണയമാണെന്ന് ദുഷ്ഷൻ തിരിച്ചറിഞ്ഞിരുന്നോ? ചെറിയ പെൺകുട്ടിയുടെ ചാപല്യം എന്ന് അതിനെ അയാൾ നിസ്സാരമായി തിരസ്കരിച്ചിരിക്കുമോ?

ഫൽഗുനിയുടെ മുറിയിൽ തിരിച്ചെത്തിയപ്പോൾ രാത്രി 10 മണി ആയിരുന്നു. പകൽ മുഴുവൻ ഞാൻ അമ്പലത്തിനടുത്തായും ആശ്രമത്തിലും ചുറ്റി നടന്നു. ഒന്നും കൂസാത്ത ഒരു ടൂറിസ്റ്റ് ആണ് ഞാൻ എന്ന ഭാവത്തിൽ. ഉച്ചയ്ക്ക് ഊണ് കഴിച്ച് രമണാശ്രമത്തിലെ തണുത്ത മാർബിൾ നിലത്ത് കാറ്റും കൊണ്ട് കിടന്നുറങ്ങി. മെഡിറ്റേഷൻ റൂമിൽ കുറച്ചുനേരം ഒരു സന്യാസിനിയെ പോലെ ഏകാഗ്രതയോടെ ധ്യാനത്തിൽ കുത്തിയിരിക്കാം എന്ന് കരുതിയെങ്കിലും,

ആ ശ്രമം വൃഥാവിലായി. വല്ലാത്ത മടുപ്പ്. എല്ലാം വെറും അർത്ഥമില്ലായ്മയാണെന്ന് തോന്നി.

ഞാൻ എത്തിയപ്പോഴേക്ക് ഫാൽഗുനി ഉറങ്ങാൻ കിടന്നിരുന്നു. ഞാൻ ഫോൺ എടുത്ത് കോറിഡോറിൽ ഇറങ്ങി കൂട്ടുകാരെയൊക്കെ വിളിച്ചു. പിറ്റേദിവസം തന്നെ തിരുവനന്തപുരത്തേക്ക് പുറപ്പെടാൻ തീരുമാനിച്ചു. അന്ന് ഡിസംബർ 30. ന്യൂയറിന്റെ തലേന്ന് രാത്രി 11 മണിക്കാണ് സേലത്ത് നിന്നും ബസ്.

' ഐ ആം ലീവിങ് ടുമോറോ മോർണിംഗ് എന്ന് ഞാൻ ക്ലീനിയക്ക് മെസ്സേജ് അയച്ചു. പതിവുപോലെ രാവിലെ നാല് മണിക്ക് ഫാൽഗുനി ആശ്രമത്തിലേക്ക് പോയി. രാത്രി മുഴുവൻ ഞാൻ ഉറങ്ങിയിരുന്നില്ല. ഫാൽഗുനിക്ക് ശല്യം ആവരുത് എന്ന ആഗ്രഹത്തിൽ ഞാൻ വെറുതെ കിടന്നു. ഫാൽഗുനി ചായയോ കാപ്പിയോ കുടിക്കാറില്ല, എങ്കിലും എനിക്ക് വേണ്ടി അവർ കുറച്ച് കാപ്പിപ്പൊടി വാങ്ങി വെച്ചിരുന്നു. അവർ പോയ ഉടൻ ഞാൻ എഴുന്നേറ്റ് കാപ്പി ഉണ്ടാക്കി. ബാൽക്കണിയിൽ ഇറങ്ങാൻ നോക്കിയപ്പോൾ തൊട്ടടുത്ത മരത്തിലെ താമസക്കാരിയായ പെൺകുരങ്ങ് ബാൽക്കണിൽ ഉറങ്ങുന്നത് കണ്ടു. എനിക്ക് അതിനെ പേടിയായിരുന്നു. ഞാൻ മുറിയിൽ വന്നിരുന്ന കാപ്പി കുടിച്ചു. ഒരു ലാഘവത്വം ഒക്കെ തോന്നി. വിക്ടർ ഇന്നലെ രാത്രി കണ്ട ഒരു സ്വപ്നം മാത്രമാവണം.

ഞാൻ പലതും ഓർത്തു ചിരിച്ചു.

" നന്ദി" ഞാൻ എന്റെ ജീവിതത്തിനോട് പറഞ്ഞു.

ഒരു രാത്രി ഇരുണ്ടു പുലരുമ്പോൾ, ഉറങ്ങിയാലും ഇല്ലെങ്കിലും എന്നിൽ വീണ്ടും വിശുദ്ധമായ പ്രതീക്ഷകൾ നിറയ്ക്കുന്ന ജീവിതത്തിന്റെ മാജിക്കിനോട് നന്ദിയല്ലാതെന്തു പറയാൻ?

പെട്ടെന്ന് വാതിലിൽ ഒരു മുട്ട് കേട്ടു. ഞാൻ സമയം നോക്കി - അഞ്ചര. ഫാൽഗുനി വരാൻ ഇനിയും സമയമായിട്ടില്ല.

വിക്ടർ!

ഞാൻ വാതിൽ തുറന്നു.

"ഹാപ്പി ന്യൂ ഇയർ" വിക്ടർ ചിരിച്ചു.

"ഹാപ്പി ന്യൂ ഇയർ വിക്ടർ " ഞാനും ചിരിച്ചു.

അയാൾ ഒരു വെളുത്ത റോസാപ്പൂവ് എനിക്ക് നേരെ നീട്ടി.

"So, you are leaving today.!" അയാൾ പറഞ്ഞു.

Yes Victor, I need to go." ഞാൻ തലയാട്ടി.

"I forgot something." അയാൾ പോക്കറ്റിൽ കയ്യിട്ട്, ഒരു വെളുത്ത പൊതി നീട്ടിക്കൊണ്ട് പറഞ്ഞു.

"Ksenia asked me if I had one with me, as you love the box. "

ഞാൻ ആ പൊതി തുറന്നു നോക്കി. ഒരു ഐവറി വൈറ്റ് നിറമുള്ള സിഗരറ്റ് പെട്ടിയായിരുന്നു അത്. ബാൽക്കൺ സെബ്രാനി എന്ന ബ്രാൻഡ് നെയിം അതിൽ കൊത്തി വെച്ചിരുന്നു.

"Actually, I bought it for myself, but you can keep it. I will get another one for me."

ഞാനാ പെട്ടി കൗതുകത്തോടെ നോക്കി. വിക്റ്ററിന്റെ ശരീരം പോലെ ഒതുക്കമുള്ളതും ഉറച്ചതും. ആനക്കൊമ്പിന്റെ നിറം. പക്ഷേ അതിൽ അയാളുടെ ആത്മാവ് ഉണ്ടായിരുന്നില്ല. ആത്മാവിനാൽ ഉപേക്ഷിയ്ക്കപ്പെട്ട ചേതനയറ്റ ശരീരം പോലെ അത് എന്റെ കൈവെള്ളയിൽ ഇരുന്നു.

LWT Kaleidoscope Authors

Narayan Menon
Entrepreneur, author, speaker and deep thinker, Founder - Let's Write Tvm

"Turning ideas into reality and words into worlds while challenging the status quo. Defying norms, creating impact, sparking conversations, and keeping the music alive along the way."

Niranjana Devi
Editor, Writer, Educator
"Harbinger of Raw Truth, wielding her *katana* of words"

Sreekuttan Jayakumar

Senior Data Engineer at Principal

"Living proof that a sense of humor and epic life goals can fit into one awesome person – who knew?"

Shany Fazil

Content writer

"അക്ഷരങ്ങളെ പ്രണയിക്കുന്ന, കഥകളെ വരിക്കുന്ന, ചിന്തകളെ അലങ്കരിക്കുന്ന ഒരു പാവം.... ഈ ഞാൻ"

Arwa Aliasgar

Educational Game Designer, Founder-Thinkistry, Uninked Poetry.

"An advocate for poetry"

Devika Menon
Educator in economics

"An ardent fan of life, reveling in its beauty and wonder"

Rohit Vikram Azhagappan
Software Professional / Ethical Hacker

"Aren't hats cool?! They come in all shapes and sizes!! Panama, Bowler, Fedora, Beret, Baseball, Top Hat, and even metaphysical hats!! Cheers to all the hats we wear!!"

Mahesh Kumar J
Doctor, Writer, Photographer.

"One who writes about desires and dark pieces, stringing words that stir your untapped senses and allure of intimacy, with a dark revelation."

Arun Kunjunny *aka* Maverick

Personal Transformation Architect

"A simple soul with complex thought"

Balamohan *aka* The Raven on the Rainbow

Educator in English

"A Raven perched on the Rainbow contemplating existence"

Shalini S, IdipNebosh

English Teacher

"Someone who wears her heart on her sleeves."

Raji N R

Deaf Educator and Writer

"Passionate deaf educator and researcher, Author of *Niraye Snehathode Njan*"

Sreekumar Menon *aka* Manik

Professor of Journalism & Literature (Retd)

"Retired teacher, lifelong student; loves Naomi Watts, Patrick Mahomes, Donald Barthelme, and fried bananas in no particular order."

Dr. Geetha S Nair

Homemaker

"A true nature lover, who adores poems and tales from childhood, prods me on to spin tales and verses that touch my heart."

Namitha Sumithran

Social Entrepreneur

"Between chaos and calm, words find their way—unraveling the knots of the mind."

Sandhya Syama

HR Professional

"Curator of human thoughts, dreams, and psyche"

Arya Chand

Lecturer at National Institute of Speech and Hearing, Trivandrum

"Disability rehabilitation professional with a passion for writing"

Shruthi V

Student

"Poetry is my shortcut to the truth."

Harshi Hanathe

Writer

"മറാഠദേശം വിട്ടമ്മയെന്തെ
എറനാടിന്റെ മണ്ണിലീയെന്നെ നട്ടൂ?
വേരുറച്ചമ്മേ ചില്ലയാകെ
മലയാളമല്ലോ തളിർത്തുപൂത്തു!"

Seema Hary aka Sethu

Lawyer

"എന്റെ അക്ഷരങ്ങൾ ഈ
ലോകത്തിന്റെ നന്മയുടെ
പുതിയൊരുണർവിനായ് ഉയർന്നിടട്ടെ..."

Logo design credit: Riya Zachariah

www.ingramcontent.com/pod-product-compliance
Lightning Source LLC
LaVergne TN
LVHW061543070526
838199LV00077B/6880
* 9 7 8 9 3 7 0 1 8 8 1 7 4 *